ലില

Malayalam Language

LEELA

(Poems)

By

N. KUMARANASAN

First Lipi Edition : August 2003
Second Lipi Edition : February 2022

Typeset & Layout: LIPI DTP

Cover Design: Jaisal Nallalam

Printed at Lipi Digital Prints

Publishers
LIPI PUBLICATIONS
Head Office
AL Ameen Building, 13/766- U 6
Rly.Stn. Link Road, Kozhikode - 673 002
Tel: 0495-2700321

Showroom
LIPI BOOKS
B-12, Vikas Building, Rly. Stn. Link Road, Kozhikode-2
Tel: 0495-2700192 Mobile: 9847262583
Email: lipipublicationsclt@gmail.com
lipiakbar@gmail.com
www.lipipublications.com

ലീല

എൻ. കുമാരനാശാൻ

വ്യാഖ്യാനം:

ജോൺസ് വില്ലോത്ത്

മലയാള വിഭാഗം

സെന്റ് ജോസഫ് കോളേജ് ദേവഗിരി

കോഴിക്കോട്

ലിപി പബ്ലിക്കേഷൻസ്

കോഴിക്കോട്-2

മുഖവുര

'നളിനി' എഴുതി അവസാനിക്കുന്നതിനു മുമ്പുതന്നെ ആ മാതിരി ഒരു ചെറിയ കാവ്യം കൂടി എഴുതേണ്ട ആവശ്യകത തോന്നിയിരുന്നു. കാരണം, നളിനിയിലെ നായികാനായകന്മാർ രാജസം മിക്കവാറും വിട്ട് സാത്വികാവസ്ഥയിൽ എത്തിനിൽക്കുന്ന പുണ്യാത്മാക്കളാണ്. അതിനു മുമ്പുള്ള അവസ്ഥകളിലാണല്ലോ ജീവിതത്തിന്റെ കഷ്ടതകളും മാനസിക രഹസ്യങ്ങളും അധികം അടങ്ങിയിരിക്കുന്നത്. അതുകൊണ്ട് നളിനിയിലെ പാത്രങ്ങളുടെ അടുത്ത താണപടിയിൽ എത്തിയിട്ടുള്ള ജീവിതങ്ങളെപ്പറ്റി യാണ് പിന്നെ എഴുതേണ്ടതായി തോന്നിയത്. അതുമുതൽ അതിനെപ്പറ്റി ഗാഢമായി ചിന്തിക്കുകയും പല സംഗതികളും സ്വരൂപിച്ച് മനസ്സിൽ ക്രമ പ്പെടുത്തി വെക്കുകയും ചെയ്തുകൊണ്ടിരുന്നു. ഇതിനിടയിൽ ഒരിക്കൽ, 'സെൻട്രൽ ഹിന്ദുകോളേജ് മാഗസിനിൽ' ആണെന്നു തോന്നുന്നു, പ്രസി ദ്ധനായ ഡോക്ടർ കുമാരസ്വാമി ഒരു ഉപന്യാസത്തോടുകൂടി ഒരു പെർസ്യൻ കഥാനായികയുടെ ചിത്രം പ്രസിദ്ധപ്പെടുത്തിയിരുന്നതായി കണ്ടു. ആ ചിത്രം മേല്പറഞ്ഞ സങ്കല്പത്തെ ഉദ്ദീപിപ്പിച്ചു. എന്നാൽ കഥ യെപ്പറ്റി വിസ്തരിച്ചു യാതൊന്നും ഉപന്യാസത്തിൽ ഉണ്ടായിരുന്നതായി ഓർക്കു ന്നില്ല. 1911 ജൂലൈ 27-ാം തീയതിയാണ് 'ലീല' എഴുതിത്തുടങ്ങിയത്. മുൻപ റഞ്ഞ ചിത്രം ഒരിക്കൽക്കൂടി കാണുകയോ ഉപന്യാസം ഒന്നുകൂടി വായിച്ചു നോക്കുകയോ ചെയ്താൽ കഥാസൃഷ്ടിയിൽ വല്ല സഹായവും ഉണ്ടാവാൻ മതിയെന്നു തോന്നുകയാൽ അപ്പോൾ വീണ്ടും അതിനെപ്പറ്റി അന്വേഷിച്ചു, എങ്കിലും കിട്ടിയില്ല. ചുരുക്കിപ്പറഞ്ഞാൽ, ഈ കാവ്യം പോലെ തന്നെ ഇതിന്റെ കഥയും സ്വന്തം ചെറിയ കല്പനാശക്തിക്കൊത്തവണ്ണം സ്വതേതന്നെ നിർമ്മിക്കയാണു ചെയ്തിട്ടുള്ളത്. അതുകൊണ്ട് 'ലീല' തന്റെ പൂർവജ യായ 'നളിനി'യെപ്പോലെ ഒരു കല്പിതകഥയാണ്.

ഈയിടെ പല ആളുകളും അന്യഭാഷകളിൽ നിന്നു പല പുസ്തക ങ്ങളും രൂപാന്തരപ്പെടുത്തി വിവരം പ്രസ്താവിക്കാതെ സ്വന്തം കൃതിക ളായി പ്രസിദ്ധപ്പെടുത്തി വരുന്നുണ്ട്. ഈ ഭംഗിയില്ലാത്ത നടപടി വായന ക്കാരുടെ ഇടയിൽ ഒരുവക അവിശ്വാസത്തിനു ഹേതുവായിത്തീർന്നിട്ടു മുണ്ട്. അതുകൊണ്ട് സാമാന്യം നന്നായിട്ടേതെങ്കിലും ഒരു കൃതി കണ്ടാൽ അതു കേവലം ഭാഷാന്തരമോ അനുകരണമോ ആയിരിക്കുമെന്നു തീർച്ച യാക്കിക്കഴിയും. എന്നാൽ അങ്ങനെയുള്ള നല്ല കൃതികൾക്കും തൽക്കർ

ത്താക്കന്മാർക്കും വാസ്തവത്തിൽ അതുകൊണ്ട് ഹാനി ഒന്നും വരാനില്ലെങ്കിലും ആ വക തെറ്റിദ്ധാരണ ജനങ്ങൾക്ക് യഥാർത്ഥകൃതികളുടെ ശരിയായ ഗുണദോഷനിരൂപണത്തിൽ അനാസ്ഥയുണ്ടാക്കി അവയെ വായിക്കുന്നതിലും അവയുടെ കർത്താക്കന്മാരുടെ പ്രയത്നത്തെ അനുമോദിക്കുന്നതിലും അടങ്ങിയിരിക്കുന്ന നിർദ്ദോഷമായ സുഖത്തിനു ഭംഗം വരുത്തും. ഇത് ഒരു ദയനീയമായ സംഗതിയാകുന്നു. ഒരു കൃതിയിൽ ഉള്ള ദോഷങ്ങൾക്ക് തൽകർത്താവ് ഉത്തരവാദിയായിരിക്കുന്നതുപോലെ അതിൽ വല്ല ഗുണോൽക്കർഷവുമുണ്ടെങ്കിൽ അതിനുള്ള ബഹുമതിക്കും അയാൾ തന്നെയാണ് അവകാശി. ഈ ബഹുമതിയെ സമ്മതിച്ചു കൊടു ക്കുന്നതിൽ പ്രായേണ ജനങ്ങൾക്കു കാണുന്ന വൈമനസ്യം, പുതിയ കല്പനാസാമർത്ഥ്യങ്ങൾ ഒന്നും നമുക്കുണ്ടാവാൻ പാടില്ലെന്നു നമ്മുടെ നാട്ടുകാർ മുൻകൂട്ടി ധരിച്ചുവെച്ചിട്ടുള്ള ദുർധാരണയുടെ ഫലമാണ്. താഴെ കാണുന്ന കാളിദാസവചനം ഈ സന്ദർഭത്തിൽ സ്മരണീയമായിരിക്കുന്നത്.

"സന്തഃസമീക്ഷ്യാന്യതരദ്ഭജന്തേ
മൂഢഃപരപ്രത്യയനേയബുദ്ധിഃ"

ഇനി, ഒരു കവി മുമ്പെഴുതുന്ന കൃതിയോടു പിമ്പെഴുതുന്നതിനെ താരതമ്യപ്പെടുത്തി അഭിപ്രായം പറവാൻ കാത്തിരിക്കുന്ന വായനക്കാരുണ്ട്; അവർ ഓരോ കൃതിയിലും കവി പിടിച്ചിരിക്കുന്ന പ്രമേയം എന്താണെന്നും ഓരോന്നിനെപ്പറ്റിയും അയാളുടെ പ്രത്യേക ചുമതല എന്താണെന്നും വേണ്ട വണ്ണം ആലോചിക്കാതെയാണ് ചിലപ്പോഴൊക്കെ അഭിപ്രായങ്ങൾ പുറപ്പെടുവിക്കാറുള്ളത്. അതുകൊണ്ട് പ്രിയവായനക്കാർ നളിനിയോട് ലീലയെ താരതമ്യപ്പെടുത്തുമ്പോൾ ഈ വസ്തുത ഓർമ്മിക്കേണമെന്ന് പ്രത്യേകം അപേക്ഷിക്കുന്നു. ദൃഷ്ടാന്തത്തിന് 'നളിനി' ഒരു താമരപ്പൂവാണെന്നും 'ലീല' ഒരു ചെമ്പകപ്പൂവാണെന്നും വിചാരിക്കുക; രണ്ടും പുഷ്പങ്ങളാണ്; രണ്ടിനേയും സൃഷ്ടിക്കുന്നതിൽ സ്രഷ്ടാവു തന്റെ കല്പനാശക്തിയേയും ശില്പസാമർത്ഥ്യത്തേയും ഒന്നുപോലെ ഉപയോഗിച്ചിട്ടും ഉണ്ട്. എങ്കിലും ഒന്ന് ശാന്തമായ സുഗന്ധവും ഉദാരമായ ശോഭയുമുള്ള താമരപ്പൂവ്; മറ്റേത് പ്രകടമായ സൗരഭ്യവും ഉജ്ജ്വലമായ കാന്തിയുമുള്ള ചെമ്പകപ്പൂവ്. വ്യത്യാസത്തിനു കാരണം സ്രഷ്ടാവിന്റെ സങ്കല്പഭേദം മാത്രമായിരിക്കും. അത് ഒഴിച്ചുകൂടാത്തതുമാണ്.

ഭാഷാരീതിയെ സംബന്ധിച്ച്, നളിനിയുടെ അവതാരികയിൽ മഹാമഹിമശ്രീ എ.ആർ. രാജരാജവർമ്മ കോയിത്തമ്പുരാൻ തിരുമനസ്സുകൊണ്ട് കുറയ്ക്കേണ്ടതായി സൂചിപ്പിച്ചിരുന്ന നിർബന്ധങ്ങൾ പാടുള്ളത്ര കുറപ്പാൻ ശ്രമിച്ചിട്ടുണ്ട്. ആ ശ്രമം തൃപ്തികരമാംവണ്ണം സാധിച്ചിട്ടില്ലെന്നു കാണു

ന്നതിൽ വ്യസനിക്കുന്നു. ചിരപരിചയം കൊണ്ട് ഉറച്ചുപോയ ശൈലി മാറ്റുന്നത് ക്ഷിപ്രസാധ്യമല്ലെങ്കിലും ഇനിയും ശ്രമിച്ചു തിരുമനസ്സിലെ പൂർണ പ്രസാദത്തിനു പാത്രമാവാൻ നോക്കുന്നതാണ്.

1913 ഡിസംബർ 11-ാം തീയതി 'ലീല' എഴുതിത്തീർന്നു. ക്ലേശകരമായ കൃത്യാന്തങ്ങളുടെ ഇടയിൽ പ്രായേണ രാത്രിസമയം മാത്രമേ ഇതിനു വിനിയോഗിപ്പാൻ കിട്ടിയിട്ടുള്ളു. അച്ചടിക്കുന്നതിനു മുമ്പുതന്നെ പണ്ഡിത സ്നേഹിതന്മാരിൽ പലരും ഇതിനെ വായിച്ചുകേൾക്കുകയും പ്രോത്സാഹിപ്പിക്കുകയും ചെയ്തിട്ടുണ്ട്. ഇവരിൽ നന്ത്യാർവീട്ടിൽ കെ. പരമേശ്വരൻപിള്ള (എം.എ, എം.ആർ.എ.എസ്.) അവർകളുടെ പേർ പ്രത്യേകം പറയേണ്ടിയിരിക്കുന്നു. അദ്ദേഹത്തിന്റെ കർക്കശമെങ്കിലും, വ്യുല്പാദകമായ ഗുണദോഷചിന്തനത്തിനു സ്നേഹബഹുമാനപൂർവം നന്ദി പറയു കയും ചെയ്യുന്നു.

നളിനിയെ സ്വീകരിക്കുന്നതിൽ പൊതുജനങ്ങളും വർത്തമാനപത്രങ്ങളും ടെക്സ്റ്റ് ബുക്കുകമ്മറ്റിക്കാരും ഒന്നുപോലെ പ്രദർശിപ്പിച്ച സ്നേഹപൂർവമായ താല്പര്യത്തിനും പ്രോത്സാഹനങ്ങൾക്കുമായി എല്ലാവർക്കും വന്ദനം പറവാൻ ഈ സന്ദർഭത്തെ ഉപയോഗിച്ചു കൊള്ളുന്നു. നളിനിക്ക് സാരമായ ഒരു നിരൂപണം പ്രസിദ്ധപ്പെടുത്തി അതിന്റെ പ്രചാരത്തെ വർദ്ധിപ്പിക്കാൻ ഉത്സാഹിച്ച മാന്യസ്നേഹിതനായ സ്കൂൾ ഇൻസ്പെക്ടർ ജി.രാമൻമേനോൻ (എം.എ) അവർകളോടുള്ള ഹാർദ്ദവമായ കൃതജ്ഞതയെയും ഈ അവസരത്തിൽ പ്രസ്താവിച്ചുകൊള്ളുന്നു.

'ലീല' അച്ചടി തീർന്നിട്ടുതന്നെ ആറു മാസത്തിൽ അധികമാകമെങ്കിലും ഇടയിലുണ്ടായ അസൗകര്യങ്ങളാൽ പ്രസിദ്ധപ്പെടുത്താൻ ഇത്ര താമസം നേരിട്ടതാകുന്നു. ഇതിന്റെ പ്രസിദ്ധീകരണത്തിനു വേണ്ടതെല്ലാം ചെയ്തുതന്ന ബി.വി. ബുക്കു ഡിപ്പോ ഉടമസ്ഥന്മാർക്കും പുസ്തകം മുഴുവൻ വായിച്ചുനോക്കി സന്ദർഭോചിതമായ ചിത്രങ്ങൾ ദയവുചെയ്ത് എഴുതിത്തന്ന മ.രാ.രാ.കെ.ആർ രവിവർമ്മ കോയിത്തമ്പുരാൻ തിരുമനസ്സിലേക്ക് ഹൃദയപൂർവം നന്ദി പറഞ്ഞുകൊള്ളുന്നു.

തിരുവനന്തപുരം

6-8-1914 എൻ. കുമാരനാശാൻ

കുമാരനാശാന്റെ ലഘുജീവചരിത്രം

ഭാഷയേയും വിചാരത്തേയും പുതിയൊരു പാതയിലേക്ക് തിരിച്ചു വിടുന്നതിനു മുൻനിരയിൽ നില്ക്കാൻ ആരെങ്കിലും വേണം. വളരെ നാളായി കൈരളിയ്ക്ക് ഈ ആകാംക്ഷ തുടങ്ങിയിട്ട്. ദീർഘനാളത്തെ തപസ്സിന്റെ ഫലമായിട്ടാണ് നമുക്ക് അങ്ങനെയൊരാളെ കിട്ടിയത്. കുമാരനാശാൻ 1873 ഏപ്രിൽ 12-ാം തീയതി (1048 മേടമാസം 7-ാംനു) ചിത്രാപൗർണ്ണമി ദിവസം അദ്ദേഹം ഭൂജാതനായി. തിരുവനന്തപുരത്തു നിന്നും ഇരുപത്തിയഞ്ച് മൈൽ വടക്ക് ചിറയിൻകീഴ് താലൂക്കിലെ കടൽതീരഗ്രാമമായ കായിക്കരയിൽ തൊമ്മൻ വിളാകം എന്ന ഇടത്തരം ഈഴവ ഭവനത്തിലാണ് ജനിച്ചത്. അച്ഛന്റെ പേർ നാരായണൻ എന്നും അമ്മയുടെ പേർ കാളിയമ്മ എന്നുമായിരുന്നു. അച്ഛൻ ഒരു ഇടത്തരം കച്ചവടക്കാരനായിരുന്നു. സംഗീതം തുടങ്ങിയ കലാവിദ്യകളിലും അദ്ദേഹം പ്രവീണനായിരുന്നു. ചെറുപ്പത്തിലെ അദ്ദേഹം അറിയപ്പെട്ടത് കുമാരു എന്ന പേരിലാണ്. ഒരു കുടിപ്പള്ളിക്കൂടത്തിൽ എഴുത്തും കണക്കും പഠിച്ചു. അതിനുശേഷം കൊച്ചുരാമൻവൈദ്യരുടെ കീഴിൽ സംസ്കൃതത്തിന്റെ ആദ്യപാഠങ്ങൾ അഭ്യസിച്ചു. കണക്കും, സംസ്കൃതവും പഠിച്ചശേഷം പിതാവിന്റെ ഉത്സാഹത്താൽ സ്ഥാപിതമായ സർക്കാർ സ്കൂളിൽ പഠിക്കാൻ കുമാരുവിനു സാധിച്ചു. അതും കഴിഞ്ഞ് കുറച്ചുനാൾ ഒരു വ്യാപാരിയുടെ കണക്കെഴുത്തുകാരനായും അധ്യാപകനായും ജോലി നോക്കി. അന്ന് കേവലം പതിനാറു വയസ്സുമാത്രം പ്രായമുണ്ടായിരുന്ന കുമാരു കവിതാരചനയിൽ താത്പര്യം കാട്ടിത്തുടങ്ങിയിരുന്നു. കവിതയിലുണ്ടായ ഈ താത്പര്യം കണക്കെഴുത്തു ജോലി ഉപേക്ഷിക്കാൻ കാരണമായി. മണമ്പൂർ ഗോവിന്ദനാശാൻ നടത്തിയിരുന്ന സംസ്കൃത വിദ്യാലയത്തിൽ ചേർന്ന് സംസ്കൃതത്തിൽ ഉന്നതപഠനം നടത്തി. ഇക്കാലത്തു തന്നെ ഈശ്വരഭക്തിയും പ്രകൃതിസ്നേഹവും കാവ്യരചനാ കൗതുകവും വെളിവാക്കിയിരുന്നു. പല സ്തോത്രങ്ങളും കീർത്തനങ്ങളും രചിച്ചു. സാഹിത്യമേഖലയിൽ ചെറിയ തോതിൽ വ്യക്തിത്വം സ്ഥാപിച്ചെടുത്തു.

ശ്രീനാരായണഗുരുവിനെ 1891-ൽ കണ്ടുമുട്ടി. അദ്ദേഹത്തിന്റെ ജീവിതത്തിലെ ഏറ്റവും നിർണ്ണായകമായൊരു കൂടിക്കാഴ്ചയായിരുന്നു അത്. അതുവരെ ചെയ്തുപോന്ന ശൃംഗാര കൃതികളുടെ രചന മിക്കവാറും പൂർണ്ണമായിത്തന്നെ നിർത്തിവച്ചു. ഭക്തിമാർഗത്തിൽ കൂടുതൽ ശ്രദ്ധിച്ചു ഗുരുവിന്റെ ശിഷ്യത്വം മുഴുവനായും സ്വീകരിച്ചു. മതഗ്രന്ഥങ്ങൾ അവധാനതയോടെ വായിച്ചു പഠിച്ചു. രണ്ടു വർഷം സംസ്കൃതം, തമിഴ്, വേദാന്തം, യോഗവിദ്യ എന്നിവ അഭ്യസിച്ചുകൊണ്ട് അരുവിപ്പുറത്തും മറ്റും ഗുരുവിന്റെ യൊപ്പം കഴിഞ്ഞു. ഗുരുവിന്റെ നിർദ്ദേശമനുസരിച്ച് സംസ്കൃതത്തിൽ ഉന്നത വിദ്യാഭ്യാസത്തിനായി മൂന്നു വർഷക്കാലം ഡോക്ടർ പല്പുവിന്റെ സംരക്ഷണയിൽ ബാംഗ്ലൂരിലും മദ്രാസിലും താമസിച്ചു. അന്ന് ഡോക്ടർ പല്പു

മൈസൂർ സർവീസിലായിരുന്നു. കുറച്ചുനാൾ കൽക്കത്തയിലും പഠിച്ചു. ഇക്കാലത്ത് പ്രധാനമായി പഠിച്ചത് സംസ്കൃതവും പുരാതന ഭാരതീയ വിജ്ഞാനവും ആയിരുന്നു. കൽക്കത്തയിലെ താമസക്കാലത്ത് ഇംഗ്ലീഷ് പരിജ്ഞാനവും നേടി. ടാഗോറിന്റെ കൃതികളുമായി അടുക്കാനും, അക്കാലത്തുയിർക്കൊണ്ട ദേശീയ ഉണർവിന്റെ ധാരയിൽ എത്താനും അവസരം ലഭിച്ചു.

ഗുരുസ്വാമിയുടെ താത്പര്യപ്രകാരം 1900-ൽ അദ്ദേഹം മടങ്ങി അരുവിപ്പുറത്തെത്തുകയും 'ചിന്നസ്വാമി'യായി ക്ഷേത്രവൃത്തികളിലും, വിദ്യാഭ്യാസകാര്യങ്ങളിലും ഗുരുവിനെ സഹായിച്ചു കഴിഞ്ഞുകൂടി. ഇക്കാലത്താണ് 'വിചിത്ര വിജയം' നാടകം 'ശിവസ്തോത്രം' എന്നീ കൃതികൾ രചിച്ചത്. ക്രമേണ സാമൂഹ്യ സേവനരംഗത്തും ശ്രദ്ധ പതിപ്പിച്ചു.

തുടർന്ന് 1903-ൽ എസ്.എൻ.ഡി.പി. യോഗം സ്ഥാപിതമായി. ആശാൻ അതിന്റെ സെക്രട്ടറിസ്ഥാനം അലങ്കരിച്ചു. പൊതുരംഗത്തേക്കുള്ള അദ്ദേഹത്തിന്റെ പ്രവേശം ഇവിടെ തുടങ്ങുന്നു. ഇടയ്ക്ക് ഒരു വർഷം വിട്ടുനിന്നതൊഴിച്ചാൽ 1920വരെ ആ സ്ഥാനത്തു തുടർന്നു. യോഗത്തിന്റെ മുഖപത്രമായിരുന്നു 'വിവേകോദയം'. ആശാൻ അതിന്റെ പത്രാധിപത്യസ്ഥാനവും ഏറ്റെടുത്തു. 1907-ൽ 'വീണപൂവ്' പ്രസിദ്ധീകരിച്ചു. 1911-ൽ 'നളിനി' യും പ്രസിദ്ധീകരിച്ചു. അതോടെ അദ്ദേഹം പ്രശസ്തനായി. 1913ൽ 'ലീല'യും പ്രകാശിതമായി.

ഡോക്ടർ പല്പുവുമായുണ്ടായ ബന്ധം ആശാന്റെ ജീവിതത്തിലെ മറ്റൊരു വഴിത്തിരിവിനു കാരണമായി. ഡോക്ടർ പല്പുവിന്റെ പിതൃസഹോദരന്റെ മകളായ ശ്രീമതി കെ. ഭാനുമതിഅമ്മയെ 1918ൽ വിവാഹം ചെയ്തു. അന്ന് അദ്ദേഹത്തിന് 45 വയസ്സ്. ഇവർക്ക് രണ്ടു പുത്രന്മാരുണ്ടായി. സുധാകരൻ, പ്രഭാകരൻ എന്നുപേർ. വിവാഹശേഷം അദ്ദേഹം തോന്നയ്ക്കൽ എന്ന സ്ഥലത്ത് സ്ഥിരതാമസമായി. 1919 -ൽ 'പ്രരോദനം', 'ചിന്താവിഷ്ടയായ സീത' എന്നീ കൃതികൾ പ്രസിദ്ധീകരിച്ചു. 1920 -ൽ തിരുവിതാംകൂർ നിയമസഭയിൽ സർക്കാർ അദ്ദേഹത്തെ അംഗമാക്കി. ആ വർഷം തന്നെ യോഗം സെക്രട്ടറിസ്ഥാനം ഒഴിഞ്ഞു. 1922-ൽ 'ദുരവസ്ഥ' യും 'ചണ്ഡാലഭിക്ഷുകി'യും പ്രസിദ്ധീകൃതമായി. ഇംഗ്ലണ്ടിലെ വെയിൽസ് രാജകുമാരനിൽ നിന്ന് 1922-ൽ പട്ടും വളയും ലഭിച്ചു. 1923-ൽ 'കരുണ'യും പ്രസിദ്ധപ്പെടുത്തി. 1924 ജനുവരി 16-ാം തീയതി (1099 മകരം 3) 51-ാം വയസ്സിൽ, കൊല്ലത്തുനിന്നും ആലപ്പുഴയ്ക്ക് റഡീമർ ബോട്ടിൽ യാത്ര ചെയ്യുമ്പോൾ പല്ലനയാറ്റിൽ വെച്ചുണ്ടായ അപകടത്തിൽ മൃതിയടഞ്ഞു. മൃതദേഹം അവിടെത്തന്നെ സംസ്കരിച്ചു. 'കുമാരകോടി' എന്ന പേരിൽ ആ സ്ഥലം അറിയപ്പെടുന്നു.

കുമാരകോടിയിൽ 1945-ൽ ഒരു ശവകുടീരം പണിതു. തോന്നയ്ക്കൽ ആശാൻ താമസിച്ചിരുന്ന രണ്ടു കൊച്ചുവീടുകളും ഒരു ദേശീയ സ്മാരകമായി സൂക്ഷിക്കുന്നതിലേക്കായി അദ്ദേഹത്തിന്റെ കുടുംബത്തിൽ നിന്നും കേരള സർക്കാർ ഏറ്റുവാങ്ങി. 1958-ൽ ഇതിനുവേണ്ട എല്ലാ ഒത്താശകളും നടത്തിയത് അന്നത്തെ വിദ്യാഭ്യാസ മന്ത്രിയായിരുന്ന ശ്രീ. ജോസഫ് മുണ്ടശ്ശേരിയാണ്. 1966-ൽ ഒരു സ്മാരകമന്ദിരം അവിടെ ഉദ്ഘാടനം ചെയ്തു. 1972-ൽ തോന്നയ്ക്കൽവച്ച് അദ്ദേഹത്തിന്റെ ജന്മശതാബ്ദി ആഘോഷങ്ങൾ ഉദ്ഘാടനം ചെയ്തു.

ലീലയുടെ കഥാസംഗ്രഹം

ഒന്നാം സർഗം

ഈ ഖണ്ഡകാവ്യത്തിലെ നായികയുടെ പേരാണല്ലോ ലീല. ലീലയുടെ തോഴിയും, മനസ്സാക്ഷിയുടെ സൂക്ഷിപ്പുകാരിയുമാണ് മാധവി. തന്റെ കളിക്കൂട്ടുകാരനും അയൽക്കാരനുമൊക്കെയായിരുന്ന കാമുകൻ ഏതു ദിക്കിലാണെന്ന് അറിഞ്ഞുവരാൻ മാധവി നിയോഗിതയായി. വസന്തകാലത്തെ ചന്ദ്രികാചർച്ചിതമായ രത്രിയിൽ തന്റെ ഭവനത്തിലെ ആരാമനികുഞ്ജത്തിൽ വിഷാദത്തിൽ മുങ്ങി വിവശയായി മയങ്ങുകയായിരുന്നു ലീല. കാമുകനായ മദനൻ എവിടെയുണ്ടെന്ന മാധവിയുടെ അന്വേഷണത്തിനു ഫലമുണ്ടായി. ആ വാർത്തയുമായി അവൾ സഖിയുടെ ചാരത്തെത്തുന്നു. 'പ്രണയ പരവശേ ശുഭംനിനക്ക്' എന്ന ആശംസയോടെയാണ് കാവ്യത്തിന്റെ ഒന്നാംസ്വർഗം തുടങ്ങുന്നത്.

രാജസ്ഥാനിലെ അരാവലി പർവതത്തിന്റെ സാനുപ്രദേശത്തുള്ള പ്രസിദ്ധ പട്ടണമാണ് ഉദയപുരം. അവിടത്തെ കീർത്തികേട്ട ഒരു കച്ചവടക്കാരനാണ് അർത്ഥപാലകൻ. അദ്ദേഹത്തിന്റെ മകളാണ് കഥാനായികയായ ലീല. അതീവബുദ്ധിമതിയും സുന്ദരിയും സുശീലയുമായിരുന്നു ആ കന്യക. സ്വതേ അംഗഭംഗി തിങ്ങിയ ലീലയെ എല്ലാവിധ ആടയാഭരണങ്ങൾ കൊണ്ടും അർത്ഥപാലകൻ അണിയിച്ചൊരുക്കി. കലാവിദ്യകളിൽ അവളുടെ ഇംഗിതമെന്താണെന്ന് കണ്ടറിഞ്ഞ് ആ താത്പര്യത്തിനൊത്ത് അവളെ അദ്ദേഹം അഭ്യസിപ്പിച്ചു. ഇപ്രകാരം കിട്ടിയ സന്ദർഭങ്ങളൊക്കെ അവൾ ബുദ്ധിപൂർവം ഉപയോഗിച്ച് കലാവിദ്യകളഭ്യസിച്ചു. വ്യാപാരസംഘങ്ങൾ വിവിധ ദേശങ്ങളിൽ സഞ്ചരിച്ചിരുന്നിടത്ത് ലീലയുടെ പിതാവിനും പോകേണ്ടിയിരുന്നു. അച്ഛന്റെ സഞ്ചാരപരിപാടികളിൽ മിക്കതിലും പങ്കെടുക്കുന്നതിന് ലീലയ്ക്കും സൗകര്യം കിട്ടി. തന്മൂലം വിവിധ നാടുകളിൽ സന്ദർശനം നടത്തുവാനും അവിടങ്ങളിലെ ഭിന്നാചാരങ്ങൾ എന്തെല്ലാമെന്നു കണ്ടറിയുവാനുമൊക്കെ അവൾക്ക് അവസരം ലഭിച്ചു. ചുരു ക്കത്തിൽ സാംസ്കാരികമായി ഒരുതരം ഉയർന്ന അവസ്ഥയെ പ്രാപിക്കാൻ ലീലയ്ക്കു കഴിഞ്ഞു.

ഇങ്ങനെയൊക്കെ സാമർത്ഥ്യവതിയായ ലീലയുടെ ഭാവിയെപ്പറ്റി അർത്ഥപാലകനും അല്പം ആലോചിക്കുന്നു. യുവത്വം തിങ്ങിയ സുന്ദരിയായ ലീലയ്ക്ക് യോജ്യനായ ഒരു വരനെ അദ്ദേഹം കണ്ടെത്തുന്നു. തന്റെയൊപ്പം തന്നെ ധനികനും പ്രതാപിയുമായ ഒരു വർത്തകപ്രമാണിയുടെ മകനെ അദ്ദേഹം മകൾക്ക് വരനായി തിരഞ്ഞെടുത്തു. വിജയപുര നിവാസിയായിരുന്നു അദ്ദേഹം. ആ പുരുഷനെ തന്റെ മകൾക്ക് ഭർത്താവായിട്ട് അദ്ദേഹം കണ്ടെത്തിയത് വളരെ യാദൃച്ഛികമായിട്ടായിരുന്നു. മകളുടെ ഇംഗിതത്തെപ്പറ്റി ഗൗരവതരമായി ആലോചിക്കാതെ വർത്തകപ്രമാണിയുടെ പുത്രനുമായുള്ള ലീലയുടെ വിവാഹക്കാര്യം അർത്ഥപാലകൻ ഉറപ്പിച്ചു. മകളുമായി അയാൾക്കുള്ള ചേർച്ച മാത്രമേ അദ്ദേഹം കണക്കിലെടുത്തുള്ളൂ. അച്ഛന്റെ ഹിതത്തെ ലീല എതിർത്തില്ല. അദ്ദേഹത്തെ എതിർ ക്കാൻ മാനസികമായി അവൾക്ക് ശേഷിയില്ലായിരുന്നു.തനിക്ക് വരനാകാൻ പോകുന്ന പുരുഷനെ ഹൃദയംകൊണ്ട് അഭിലഷിച്ചതിനാലല്ല. അങ്ങനെ പിതൃതാത്പര്യത്തിന് വഴങ്ങിക്കൊണ്ട് തന്റെ കാമുകനായ മദനനെ വിട്ടുപിരിയുന്നു. അനവധിയായ ധനവും സമ്മാനങ്ങളുമായി നവദമ്പതികൾ യാത്രയാകുന്നു. യാത്രാവേളയിൽ ലീലയുടെ മുഖം ദുഃഖവും വേദനയും കൊണ്ട് വിവർണ്ണമാകുന്നു. ഈ വസ്തുത അർത്ഥപാലകൻ ശ്രദ്ധിച്ചിരുന്നു. പക്ഷേ, അദ്ദേഹം മനസ്സിലാക്കിയത് തന്റെ പ്രിയങ്കരിയായ മകൾക്ക് താനും ഗൃഹാന്തരീക്ഷവും വിദൂരസ്ഥിതമായി ഭവിക്കുന്നല്ലോ എന്നോർത്താണെന്നാണ്. സത്യത്തിൽ തന്റെ പ്രിയകാമുകനായ മദനനെ എന്നെന്നേക്കുമായി വേർപിരിയുന്നതിലുള്ള അഗാധമായ വ്യഥയാണ് അവളുടെ മുഖത്ത് നിഴലിച്ചത്. അങ്ങനെ തീർത്തും വ്യഥിതമായ ഒരു മനസ്സോടെ തന്റെ പിതാവിനെയും ഗൃഹത്തെയും എല്ലാറ്റിലുമുപരി തന്റെ ഇഷ്ടകാമുകനെയും വിട്ടുപോകുന്നു.

സുന്ദരനും, ധനികനും, സമർത്ഥനുമായ ഭർത്താവിന്റെ സാന്നിധ്യത്തിനോ, സാന്ത്വനങ്ങൾക്കോ അവളെ തെല്ലും ആശ്വസിപ്പിക്കാനായില്ല. അവളുടെ മനസ്സ് പിടികിട്ടാത്ത മേഖലകളിലൂടെ ഉഴലുകയായിരുന്നു. അതൊന്നും ഭാവിക്കാതെ ലോകവിധിപോലെ അവൾ ഭർത്തൃഭവനത്തിൽ കഴിഞ്ഞുകൂടി. അവളുടെ അന്തർഗതങ്ങളെ അവൾ ഗൂഢമാക്കി വച്ചതേയുള്ളൂ. കുലസ്ത്രീയെപ്പോലെത്തന്നെ അവൾ ഭർത്താവിനോടൊത്ത് കഴിഞ്ഞു.

അങ്ങനെ ദിവസങ്ങളും മാസങ്ങളും പിന്നിട്ട് ഒരു സംവത്സരം തന്നെ കഴിഞ്ഞുപോയി. ലീലയുടെ ഉള്ളിലെ വേദന ഒഴിച്ചാൽ പ്രത്യക്ഷത്തിൽ എല്ലാം വളരെ ഭദ്രമായിത്തന്നെ നീങ്ങി. ഒരു ദിവസം തന്റെ ഭാര്യയോടൊത്ത് ഉറങ്ങിയ ആ ഭർത്താവ് പരലോകത്തെ പ്രാപിച്ചു. അദ്ദേഹം പിന്നീ

ടൊരിക്കലും ഉണരുകയുണ്ടായില്ല. വല്ലാത്ത ഒരു സന്നിഗ്ധാവസ്ഥയിലൂടെ നീങ്ങുകയായിരുന്നു ലീലയുടെ മനസ്സ്.

പക്ഷേ, ചില തീരുമാനങ്ങളിലൂടെ അവൾ സധീരം മുന്നേറി. ഭർത്താവിന്റെ ശവസംസ്കാരശേഷം തന്റെ പിതൃഭവനത്തിലേക്ക് അവൾ മടങ്ങിപ്പോന്നു. തന്റെ ഹൃദയേശ്വരനായ മദനനിലേക്ക് അവളുടെ ഹൃദയം വാഞ്ഛയോടെ ഗമിച്ചു. അയാളെ കണ്ടെത്താം, പ്രാപിക്കാം എന്ന പ്രതീക്ഷ അവളിൽ ഉണർന്നു. വൈശ്യസമുദായക്കാർക്ക് രണ്ടാം വിവാഹം നിഷേധിച്ചിട്ടില്ലെന്ന വിധി അവളുടെ പ്രതീക്ഷയ്ക്ക് ബലം കൂട്ടി. മാത്രമല്ല, പിതൃവാത്സല്യത്തെപ്പറ്റിയുള്ള പ്രത്യാശയും അവളുടെ ദുഃഖത്തിന് തൽക്കാലത്തേക്കെങ്കിലും പൊറുതിയരുളി.

എന്നാൽ ദുരന്തഭാവമുള്ള ഒരു ഭാവി ഇക്കാലത്തൊക്കെ അവളെ വിടാതെ പിടികൂടിയിരുന്നു. തന്റെ പിതാവ് തന്നെ സ്വീകരിച്ച് പരിലാളിച്ചുകൊള്ളും എന്ന മോഹമൊക്കെ വ്യർത്ഥമായി. അവളെ സ്വീകരിച്ചാനയിച്ചത് പിതാക്കളല്ലായിരുന്നു. അവർ കൊണ്ടുവന്ന വാർത്ത അതിലേറെ നടുക്കമുണ്ടാക്കുന്നതായിരുന്നു. അവളുടെ അച്ഛന്റെ മരണവാർത്തയും അദ്ദേഹത്തിന്റെ ചിതയിൽ ചാടി അവളുടെ അമ്മ മരണം വരിച്ചതുമായ വാർത്തയാണ് അവർ അറിയിച്ചത്. മനഃസ്ഥൈര്യത്തിന്റെ ഒരു നേർത്ത തന്തു അവൾ നശിക്കാതെ തന്റെ ഹൃദയത്തിൽ വളർത്തി. മദനനെപ്പറ്റി അന്വേഷിക്കാൻ തോഴിയെ നിയോഗിച്ചു. അയാൾ നാടും ഉപേക്ഷിച്ച് ഏതോ ദിക്കുകളിൽ ഉന്മാദം ബാധിച്ചവനെപ്പോലെ അലഞ്ഞു നടക്കുകയാണെന്ന വാർത്ത തോഴി ലീലയെ അറിയിച്ചു. മദനനെ താൻ തേടിപ്പിടിച്ചു കൊണ്ടുവരും എന്ന് ലീലയുടെ സന്നിധിയിൽ ഉറപ്പുകൊടുത്തുകൊണ്ട് ഇറങ്ങിത്തിരിക്കുന്ന തോഴിയായ മാധവി ഒരു വർഷത്തിനുശേഷമാണ് മദനനെ കണ്ടെത്തിയെന്ന വാർത്തയുമായി എത്തുന്നത്.

രണ്ടാംസർഗം

മാധവിയുടെ പെട്ടെന്നുള്ള വിളികേട്ട് വിരഹമൂർച്ഛയിലാണ്ടു കിടന്നിരുന്ന ലീല ക്ഷീണമെല്ലാം കളഞ്ഞ് അവളെ ശ്രദ്ധിക്കുന്നു. മദനന്റെ ക്ഷേമവിവരങ്ങൾ അന്വേഷിച്ചറിയുന്നു. 'പറകെൻപ്രിയ തോഴി' എന്ന് ലീല അക്ഷമ കാട്ടുന്നു, മദനന്റെ വാർത്തകളറിയാൻ വേണ്ടി. 'പറയാം സഖി' എന്ന സമാശ്വാസ വാക്കോടെ മാധവി മെല്ലെ ആരംഭിക്കുന്നു. വിന്ധ്യാ പർവതങ്ങളിലുള്ള സാരുവനങ്ങളിലൂടെ ഒഴുകുന്ന നർമ്മദാ നദിയുടെ തീരത്ത് താൻ മദനനെ ദർശിച്ചു എന്ന് അറിയിക്കുന്നു. പ്രണയോപാസകനായ മദനന് വസിക്കാൻ യോജ്യമായ കാട്ടുപ്രദേശമാണവിടം. ദുഃഖിതനും ക്ഷീണിതനുമായ അദ്ദേഹം ആ പ്രദേശത്ത് അലഞ്ഞു കഴിഞ്ഞുകൂടുകയാണ്. വന

ജീവികളായ പക്ഷിമൃഗാദികളോടൊത്ത് അവിടെത്തന്നെ ശിഷ്ടായുസ്സു കഴിക്കാനാണ് അദ്ദേഹം ഇഷ്ടപ്പെടുന്നത്. മനുഷ്യന്റെ സാന്നിധ്യം അയാൾ കാംക്ഷിക്കുന്നതേയില്ല. പക്ഷേ, വനവാസിനികളായ ദേവസ്ത്രീകൾ അദ്ദേഹത്തിന്റെ ദയനീയമായ ഈ അവസ്ഥ കണ്ടിട്ട് പലപ്പോഴും വിലപിച്ചു കരഞ്ഞുപോകാറുണ്ട്. ഏതാണ്ട് രണ്ട് സംവത്സരം മുമ്പുവരെ അദ്ദേഹത്തിന്റെ ഗാനത്തിന്റെ ധ്വനി 'ലീല' 'ലീല' എന്നു മാത്രമായിരുന്നു. മനുഷ്യരെ അദ്ദേഹം ഏതാണ്ട് വെറുത്തതുപോലെയാണ്. നിത്യസഹചാരികളായി അദ്ദേഹത്തിനിപ്പോഴുള്ളത് മൃഗങ്ങൾ മാത്രമാണ്; മനുഷ്യസമ്പർക്കം അദ്ദേഹത്തിന് തീർത്തും അന്യമാണ്. ലീല ഉള്ളുകൊണ്ട് ആഗ്രഹിക്കുകയും ധ്യാനിക്കുകയും ചെയ്യുന്ന സുന്ദരഗാത്രനായ ആ മദനൻ എന്നോ മൃതതുല്യനായിത്തീർന്നു. അതുകൊണ്ട് അദ്ദേഹത്തിന്റെ നേർക്കുള്ള മനസ്സിന്റെ അഭിവാഞ്ഛ അവസാനിപ്പിച്ച് അദ്ദേ ഹത്തെ മറന്ന് മറ്റു ലൗകിക സുഖങ്ങളിൽ ലയിക്കുകയാണ് ഏറെ കര ണീയം എന്ന് മാധവി ലീലയെ ധരിപ്പിക്കുന്നു. കഴിഞ്ഞതൊക്കെ സ്വപ്നതുല്യമായ ഒരനുഭൂതിവിശേഷമായി എണ്ണുക മാത്രമെ വേണ്ടൂ എന്നും അവൾ ലീലയെ ഓർമ്മിപ്പിക്കുന്നു. മാധവിയിൽ നിന്ന് ഇപ്രകാരമൊക്കെ കേൾക്കുന്ന ലീല വല്ലാത്ത ആത്മസംഘർഷത്തിനടിപ്പെടുന്നു.

തോഴി ഉന്നയിച്ച തടസ്സങ്ങൾ ലീലയെ വല്ലാതെ ആകുലയാക്കി. എങ്കിലും അവൾ പിന്മാറിയില്ല. അതിരുകവിഞ്ഞ ഭയം ഇല്ലാതാക്കി ബാഹ്യലോകനീതികളെ വിസ്മരിച്ച് ഇറങ്ങിപ്പുറപ്പെടാൻ തന്നെ അവൾ തീർച്ചയാക്കി. യാത്രയ്ക്കിടയിലുണ്ടാകാവുന്ന വിപത്തുകളെയൊക്കെ അവൾ പാടെ വിസ്മരിച്ചു. മദനനോട് കാണിച്ച വഞ്ചന അവളെ വല്ലാതെ തപിപ്പിച്ചു. ആ പശ്ചാത്താപബോധം ഏതുവിധത്തിലെങ്കിലും മദനസന്നിധിയിലെത്തിയേ മതിയാവൂ എന്ന മനോഭാവത്തിൽ അവളെ എത്തിച്ചു. മദനൻ കഴിഞ്ഞുകൂടുന്ന ആ വനഭൂമിയിലേക്ക് തന്നെയും കൂട്ടിക്കൊണ്ടു പോകാൻ അവൾ മാധവിയോടാവശ്യപ്പെടുന്നു.

ഈ ഇറങ്ങിപ്പുറപ്പാടിന്റെ പിന്നിലെ ബുദ്ധിശൂന്യതയൊക്കെ തത്ക്കാലം നീതീകരിക്കപ്പെട്ടതായും ലീലയ്ക്കു തോന്നുന്നു. പക്ഷേ, ലീലയുടെ വിവേകരഹിതമായ ഈ അന്വേഷണയാത്രയുടെ തിക്തഫലങ്ങളെപ്പറ്റിയൊക്കെ മാധവി പറഞ്ഞു കേൾപ്പിച്ചു. എത്ര തവണ ആവർത്തിച്ചു പറഞ്ഞിട്ടും ലീലയെ അവളുടെ തീരുമാനത്തിൽ നിന്നും പിൻതിരിപ്പിക്കാൻ മാധവിക്കായില്ല. ഉന്നതമായ വികാരത്തള്ളലാണ് അന്നേരം അവളെ ഭരിച്ചിരുന്നത്. ഇന്നുള്ളിടത്തോളം തന്റേടം തക്കസമയത്ത് പ്രകടിപ്പിക്കാൻ തനിക്കു കഴിഞ്ഞിരുന്നെങ്കിൽ ഗുരു പിതൃജനങ്ങളുടെ മുന്നിൽവെച്ചുതന്നെ താൻ മദനനെ സ്വീകരിച്ചേനെ എന്നവൾ ആണയിടുന്നു. ചുരുക്കത്തിൽ

മദനാന്വേഷണ പുറപ്പാടിൽ നിന്ന് അവളെ പിൻതിരിപ്പിക്കാൻ ഒരു ശക്തിക്കും കഴിഞ്ഞില്ല. മദനനെ അന്വേഷിച്ച് ലീലയോടുകൂടി ആ വന ഭൂമിയിലേക്ക് മാധവിയും ഇറങ്ങിപ്പുറപ്പെട്ടു.

മൂന്നാം സർഗം

അത്യന്തം ആർത്തിയോടുകൂടി വിന്ധ്യാവനങ്ങളിൽ പ്രവേശിച്ച സുന്ദരിമാർ മദനനെ തിരക്കിത്തുടങ്ങി. വസന്തകാലത്ത് പ്രശോഭിച്ചിരുന്ന ആ വനഭൂമിയുടെ സർവാലങ്കാര ഭംഗിയിൽ ആ തരുണികൾ ആകൃഷ്ടരായി. ആത്മകാന്തനിൽ ആത്മത്തെ ഉറപ്പിച്ചിരുന്ന ലീല പൂത്തുനിൽക്കുന്ന ആ വനത്തിന്റെ ശോഭ വിവേചിച്ചറിയാൻ കൂട്ടാക്കിയില്ല. നർമ്മദാനദിയിലെ ഓളങ്ങളിൽ തട്ടിവരുന്ന കുളിർമ്മയാർന്ന ചെമ്പകപ്പൂവിന്റെ ഉത്ക്കാഗന്ധം അവളെ വല്ലാതെ ആകർഷിച്ചു. ചെമ്പകപ്പൂവിന്റെ ഗന്ധവാഹിയായ ആ മാരുതൻ അവളെ നായകന്റെ സന്നിധിയിലേക്ക് ക്ഷണിക്കാൻ എത്തിയതാണെന്നു തോന്നി. നർമ്മദയുടെ പുളിനങ്ങളിലെ പ്രശാന്തവും സുരഭിലഗന്ധസ്പർശിയുമായ അന്തരീക്ഷം മദനന് കൂടുതൽ ഇഷ്ടമുള്ളതായിരിക്കും. കാരണം അദ്ദേഹത്തിന് സ്ത്രീകളിൽ ലീലയേയും പൂക്കളിൽ ചെമ്പകത്തെയുമാണ് കൂടുതൽ ഇഷ്ടമുണ്ടായിരുന്നത്. ഈ വസ്തുത ലീലയ്ക്കും അറിവുള്ളതായിരുന്നു. ഇങ്ങനെയുള്ള അന്തരീക്ഷത്തിലകപ്പെട്ട ലീല പല വിഭ്രാമവിചാരങ്ങൾക്കടിപ്പെട്ടു. ചിന്താമണ്ഡലം പിടികിട്ടാത്ത പല മേഖലകളിലും ചെന്നുപെട്ടു. മദനനെപ്പറ്റിയുള്ള ചിന്താതരംഗങ്ങൾ കൊണ്ട് ഇളകിമറിഞ്ഞ ആ മനസ്സ് പലതും പുലമ്പാൻ തുടങ്ങിയിരുന്നു.

ഒരു ഘട്ടത്തിൽ നിമിഷനേരത്തെ ആലോചനയ്ക്കുശേഷം അവൾ തോഴിയായ മാധവിയോടു ആവശ്യപ്പെടുന്നു. 'തോഴീ എന്റെ പ്രിയതമൻ ഇവിടെയുണ്ട്. അദ്ദേഹം ഇവിടെ വന്നണയും. എന്നെ അണിയിച്ചൊരുക്കിയാലും' എന്ന്. പ്രിയതമൻ തന്റെ സവിധത്തിലേക്കെത്താറായി എന്ന് അവൾക്ക് തോന്നി. എന്തോ സഹജാവബോധത്താലെന്നവണ്ണം അവൾ പെരുമാറി. വനദേവതമാർ ചൊരിയുന്ന മംഗളാശംസകളാണോ എന്നു തോന്നുംവണ്ണം പ്രാവുകളുടെ കുറുകലിന്റെ ഘോഷവും കുയിലുകളുടെയും വണ്ടുകളുടെയും കൂവലും മുരളലും എങ്ങും കേട്ടുതുടങ്ങി. വിവിധങ്ങളായ ഈ ധ്വനി പ്രവാഹത്തിൽ അത്യന്തം വികാരോഷ്മളമായ രീതിയിൽ 'ഹേ, പ്രാണനാഥാ, വന്നാലും. ഞാൻ തൃപ്പാദങ്ങൾ ശിരസ്സിലണച്ചു വന്ദിക്കും. അങ്ങയെ കാണാൻ വൈകി. ചിരകാലമായി ലഭിച്ചിട്ടില്ലാത്ത അവിടുത്തെ ദർശനം അരുളിയാലും. ഹേ ദയാലോ, എന്നിൽ കാരുണ്യം ചൊരിയുക. ഞാൻ അങ്ങയുടെ ദാസിയാണ്.' എന്നിങ്ങനെ പ്രാർത്ഥിച്ചു. തുടർന്ന് അവൾ മോഹാലസ്യത്തിൽ മുഴുകി. പെട്ടെന്ന് മാധവിയുടെ ശബ്ദം കേട്ട് ലീല ഉണർന്നു. തിരിഞ്ഞു നോക്കിയപ്പോൾ തീർത്തും വിരൂപനായി അസ്ഥിമാ

ത്രശേഷനായി മദനൻ അവിടേക്കണഞ്ഞു. മദനനെ ലീല ഒരു നോക്കു നോക്കി. ചിറകുവിരുത്തിയ പതംഗം കണക്കെ കൈകൾ വിരിച്ച് മദനനെ ആശ്ലേഷിക്കാൻ അവൾ മുന്നോട്ടു കുതിച്ച. അദ്ദേഹ ത്തിന്റെ നെറ്റിയിലും നെഞ്ചത്തും തെരുതെരെ മാറിമാറി ചുംബിച്ചശേഷം അവൾ അദ്ദേഹത്തെ കെട്ടിപ്പിടിച്ചു. മദനനോ, എന്നാൽ ലീലയെ ഒന്നു ചുംബിക്കുക മാത്രമേ ചെയ്തുള്ളു. പെട്ടെന്നദ്ദേഹം അപ്രത്യക്ഷനുമായി.

പിന്നെ അദ്ദേഹത്തെ അവൾ കണ്ടത് രേവാ നദീതടത്തിന്റെ ആത്യന്തികസീമയിലുള്ള പാറക്കെട്ടിന്റെ ശൃംഗത്തിലാണ്. ചാരനിറംപൂണ്ട ഒരു മേഘലക്ഷ്ണം പോലെ മദനൻ അവിടെ ഓടിക്കയറി. നദിയിലേക്ക് ചാടി ഉത്തരക്ഷണത്തിൽ അപ്രത്യക്ഷനായി.

ഈ ദുരന്തരംഗം കണ്ട് പ്രജ്ഞനശിച്ച ലീല അബോധത്തിലെന്ന പോലെ ഒരു കൊള്ളിമീൻ കണക്കെ അതേ നദിയിൽ ചാടി മൃതിയെ വരിച്ചു.

മാധവിയോ, ഈ ഘോരദൃശ്യങ്ങൾക്കൊക്കെ സാക്ഷ്യംവഹിച്ച് കുറെ നേരത്തേക്ക് അവിടെത്തന്നെ നിന്നുപോയി. ലീലാമദനന്മാരുടെ സ്ഥിരാനുരാഗത്തെപ്പറ്റി ആലോചിച്ചുകൊണ്ട് ആലംബവിഹീനയായി നിലത്തുവീണു. ആ മോഹവലയത്തിൽ അവളുടെ മുമ്പിൽ കുളിച്ച് ഈറനണിഞ്ഞ ഒരു സുന്ദരിയും സുന്ദരനും പ്രത്യക്ഷപ്പെടുകയുണ്ടായി. ജീവിതത്തിന്റെ നശ്വരാനശ്വര പ്രതിഭാസങ്ങളുടെ ഭിന്നവശങ്ങളെപ്പറ്റിയും ബ്രഹ്മാണ്ഡത്തിലെ ആവർത്തനോത്സുക പരമ്പരയെപ്പറ്റിയും അവൾക്ക് വിശദീകരിച്ചു കൊടുത്തു അവളെ സമാശ്വസിപ്പിച്ചു. ആ മോഹമൂർച്ഛയിൽ നിന്നൊക്കെ വിമോചിതയായി കാട്ടിൽ നിന്ന് മടങ്ങിപ്പോന്ന് മാധവി സന്യാസം സ്വീക രിച്ചു ശിഷ്ടായുസ്സ് കഴിച്ചുകൂട്ടി.

കാവ്യത്തിലേക്കു കടന്നാൽ

സ്വത്വവ്യക്തിത്വങ്ങളുടെ സംഘർഷവും, തത്ഫലമായി രൂപം കൊള്ളുന്ന അന്തർദൈന്യമെന്ന ഭാവവും ആശാൻ കവിതകളിലെല്ലാം പ്രകടമാണ്. വീണപൂവിൽ ആ ആദ്ധ്യാത്മിക വീക്ഷണമാർന്ന സ്വത്വത്തിനാണ് ഭൗതികവീക്ഷണമാർന്ന വ്യക്തിത്വത്തേക്കാൾ മുൻതൂക്കം. ഈ സ്വത്വവ്യക്തിത്വങ്ങൾ തുല്യബലം പ്രാപിക്കുന്നതിനാൽ അവയുടെ സംഘർഷം വിതയ്ക്കുന്ന അന്തർദൈന്യഭാവം നളിനിയിൽ ശ്രദ്ധേയമായ സമതുലനാവസ്ഥ പാലിക്കുന്നു. ലീലയിലെത്തുമ്പോൾ ഭൗതികവീക്ഷണമാർന്ന വ്യക്തിത്വം സ്വത്വത്തേക്കാൾ ശക്തമാകുന്നു. ഇപ്രകാരം ഭവിക്കുന്നതിന്റെ പിന്നിൽ പ്രവർത്തിച്ച കവിമനസ്സ് വളരെ ബോധപൂർവമാണ് അങ്ങനെയൊന്ന് തിരഞ്ഞെടുത്തത്. ലീലയുടെ മുഖവുരയിൽ ആശാൻ അത് വ്യക്തമായി പ്രസ്തവിക്കുന്നുമുണ്ട്. "അതുകൊണ്ട് നളിനിയിലെ പാത്രങ്ങളുടെ അടുത്ത താണ

പടിയിൽ എത്തിയിട്ടുള്ള ജീവിതങ്ങളെപ്പറ്റി യാണ് പിന്നെ എഴുതേണ്ടതായി തോന്നിയത്." ഇങ്ങനെ പ്രകടമായ ഒരു ലക്ഷ്യം ലീലാ രചനാവേളയിൽ കവിയെ നിയന്ത്രിച്ചിരുന്നതുപോലെ, നിസ്സാമിയുടെ 'ലൈലാമജ്നു' എന്ന പ്രസിദ്ധമായ പ്രേമകഥയോട് അല്പം കടപ്പാടും ലീലയ്ക്കുണ്ട്.

നളിനിയിലെപ്പോലെതന്നെ ലീലയിലെയും പ്രമേയം സ്നേഹമാണ്. ആ സ്നേഹത്തിന് നളിനിയിലെപ്പോലെ അത്ര ശക്തമായ ശുദ്ധിയോ ഉദാത്തതയോ ലഭിച്ചിട്ടില്ല. ഈ വസ്തുത ആശാൻ തന്നെ വ്യക്തമാക്കിയിട്ടുണ്ട്. എങ്കിലും അസാധാരണവും ആദർശോജ്ജ്വലവും ജീവിതത്തേക്കാൾ ഗഹനവുമാണ് ആ സ്നേഹം. സ്നേഹത്തിന്റെ സവിശേഷതകൾ കാവ്യാരംഭത്തിൽ പ്രകടമാകുന്നില്ല. മദനാഭിമുഖമായ ലീലയുടെ പ്രണയം തികച്ചും സാധാരണമായ ഒന്നാണ്. ഗുരുപിതൃക്കളുടെ ആജ്ഞയെ ധിക്കരിക്കാനോ സാമൂഹ്യാചാരങ്ങളെ മറികടക്കാനോ ആ സ്നേഹം പ്രാരംഭത്തിൽ കരുത്താർജ്ജിക്കുന്നില്ല. അതുകൊണ്ടാണ് അവൾ 'പിതൃകൃതനാം' പതിയെ വേൾക്കുന്നത്. കൂടാതെ ഏതാണ്ടൊരു വർഷക്കാലം ഭർത്താവോടൊത്ത് 'തരംഗലീല'യിൽ തടശ്ശിലപോലെ ആത്മൈക്യമില്ലാതെ കഴിഞ്ഞുകൂടുന്ന അവസരത്തിലും അവളിലെ ആ നിരങ്കുശ്ശത്വം പ്രകടമാകുന്നില്ല. അവളുടെ 'ശയനീയശായിയാം പതി' ഒരുഷസ്സിൽ നിത്യനിദ്രയെ പ്രാപിച്ചുണരാതിരുന്നതിനെത്തുടർന്ന് ലീലയുടെ മനസ്സിൽ മിക്കവാറും നിദ്രാവസ്ഥയിലെന്നപോലെ കുടികൊണ്ടിരുന്ന സ്നേഹം ഉണർന്നു വളർന്നു പൊങ്ങാൻ തുടങ്ങി.

അങ്ങനെ ഉണർന്നു തുടങ്ങിയ മദനപ്രേമത്തിന്റെ തീക്ഷ്ണത കൊണ്ട് തന്റെ പതിയ ലീലതന്നെ പിഴുതുകളഞ്ഞതാണെന്ന് കരുതാൻ ന്യായമില്ല. ശ്രീ. കുട്ടികൃഷ്ണമാരാർ ഇങ്ങനെയൊരാക്ഷേപം ലീലയിൽ ആരോപിക്കുന്നുണ്ട്. (ദന്തഗോപുരം-'ആശാന്റെ ലീല') വിധികൃതം എന്ന ഒറ്റ വാക്കുകൊണ്ട് ലീലയുടെ ഭർത്താവിന്റെ മരണത്തെ ഒതുക്കുകയാണ് ആശാൻ ചെയ്തിട്ടുള്ളത്. ഈ കേവലപ്രയോഗത്തിൽ സംശയത്തിന്റെ അംശം അങ്കുരിക്കാം. തന്റെ ഭർത്താവിനോടൊത്ത് കഴിഞ്ഞ കാലമത്രയും തന്റെ കാമുകനെപ്പറ്റിയുള്ള ഗൂഢവിചാരം ചാരത്തിൽ പൊതിഞ്ഞ തീപ്പൊരിപോലെ അവളിൽ കുടികൊണ്ടിരുന്നു. പക്ഷേ ആ ഭസ്മത്തെ ഊതിമാറ്റി അഗ്നിപ്രഭ എപ്പോഴെങ്കിലും വെളിച്ചത്തു വന്നതായി ഒരു സൂചനപോലും കാവ്യത്തിലൊരിടത്തും ഇല്ല. അത്രമാത്രം സംഹാരാത്മകമായി അതുണർന്നു എന്നു കരുതാനുള്ള ന്യായങ്ങൾ കാവ്യം പ്രകടമാക്കുന്നില്ല. 'കമന്റെ' മരണത്തിനു മുമ്പ് അതൊന്നു പ്രോജ്ജ്വലിപ്പിക്കാനുള്ള സാഹചര്യങ്ങൾ എങ്ങുനിന്നും ഉണ്ടാകുന്നില്ല. കൂടാതെ ഭർത്താവ് അവൾക്കൊരു നിത്യഭീഷണിയും ആയിരുന്നില്ലല്ലോ. അയാളിൽ നിന്ന് അല്പമൊന്ന് അകലാൻ കാര

ണമാകാവുന്ന പിതൃമൃത്യുവാർത്തപോലും അവൾ അറിയുന്നുമില്ല. ഇതി നെല്ലാം പുറമേ ഭർത്താവിന്റെ മൃത്യുഹേതു ലീലയാണെന്ന ധ്വനിയോ, സൂചനയോ ലീലയുടെ സ്വഭാവത്തിലുണ്ടാക്കുന്ന കളങ്കം കാവ്യാസ്വാദന ത്തിനു വിഘാതമായി ഭവിക്കുമെന്നുള്ളത് നിസ്തർക്കമാണ്. ലീലയെന്ന കാവ്യത്തിന്റെ ആകർഷകത്വത്തിനു മുഖ്യഹേതു അവളുടെ ആദർശധീര മായ സ്നേഹത്തെ ആസ്പദിച്ചാണിരിക്കുന്നത്. അങ്ങനെയിരിക്കെ ആ സ്നേഹത്തിന് ഊനം സംഭവിക്കുന്ന വിധത്തിലുള്ള ഒരു പ്രവൃത്തി അവ ളെക്കൊണ്ട് ചെയ്യിക്കുന്നതിനെപ്പറ്റി ആശാൻ വിചാ രിച്ചു കാണാനിടയില്ല. അതിനാൽ ഏറെ അഭിലഷണീയവും ആദരണീയവും ആയ ആ മരണം ലീലാകൃതം എന്നതിനേക്കാൾ വിധികൃതം എന്നുതന്നെ വിശ്വസിക്കുകയാ ണുത്തമം.

ലീലയുടെ സ്വച്ഛപ്രേമത്തിന് പ്രതിബന്ധങ്ങളായി ഭവിച്ചത് പിതാവും പതിയുമാണല്ലോ. അവരുടെ തിരോധാനത്തോടെ ചാരം പറന്ന് തെളിഞ്ഞ അഗ്നിപോലെ അവളുടെ പ്രേമം പ്രകടമാകന്നു. സ്വഭവനത്തിൽ മടങ്ങി യെത്തുന്ന ലീല മദനവൃത്താന്തം അറിഞ്ഞുവരാൻ തോഴിയെ നിയോഗി ക്കുന്നുണ്ടല്ലോ. മദനന്റെ വാർത്തയുമായി എത്തുന്ന തോഴിയുടെ മൊഴി കൾ അവളിലെ പ്രേമത്തെ കൂടുതൽ പ്രോജ്വലിപ്പിക്കുന്നു. തോഴിയുടെ ഹിതോപദേശത്തേപ്പോലും തിരസ്കരിച്ച് തന്റെ മദനപാരവശ്യജ്വരത്തിന് അടിപ്പെടുന്നു. എന്നു മാത്രമല്ല, സർവസാമൂഹ്യനീതികളെയും ദേശാചാര ങ്ങളെയും അവൾ ത്യാജ്യകോടിയിൽ തള്ളുന്നു. അതിനുതക്ക തന്റേടം ഈ ഘട്ടത്തിൽ അവൾ പ്രകടിപ്പിക്കുന്നു.

സ്വഭവനസംബന്ധിയായ ചില ഉത്തരവാദിത്വങ്ങൾ അവളെ മദനാവേ ശത്തിൽ നിന്ന് പിന്തിരിപ്പിക്കുന്നില്ല. നളിനിയെപ്പോലെ ആദർശാത്മകമായ ഒരു തലത്തോളം, ലീല ഈ ഘട്ടത്തിൽ ഉയരുന്നു. സമൂഹത്തിലെ ഏതു കൊള്ളാവുന്ന ചെറുപ്പക്കാരനെയും അവൾക്കു വേണമെങ്കിൽ ആഗ്രഹി ക്കുകയും സ്വന്തമാക്കുകയും ചെയ്യാമായിരുന്നു. വൈശ്യർക്ക് പുനർ വിവാഹം നിഷിദ്ധവുമല്ലല്ലോ. എന്നാൽ പുനർവിവാഹചിന്തയുടെ നേരിയ അംശംപോലും അവളുടെ ഉള്ളിൽ മിന്നിമറയുന്നില്ല. ഏതു വണ്ടിനെയും സ്വീകരിക്കാതെ, മദനന്റെ ചേവടിയിങ്കൽ മാത്രം ഹൃദയം അർപ്പിക്കുവാ നൊരുങ്ങുന്ന ചെമ്പകപ്പൂവാണവൾ. അവളുടെ ഹൃദയം മറ്റു വിധത്തിൽ ചഞ്ചലവുമല്ല.

മദനന്റെ ഹൃദയമോ, തുടക്കം മുതൽ തന്നെ ആദർശധീരമാണ്. ലോക ത്തിൽ മറ്റൊരു സ്ത്രീയെപ്പറ്റിയും ചിന്തിക്കാനേ സാധ്യവുമല്ല. അവ ളി ലൂടെ മാത്രം സംതൃപ്തമാകുന്ന ഉജ്ജ്വലപ്രേമമാണയാളുടേത്. ലീലയുടെ വിവാഹവൃത്താന്തമറിയുന്ന മദനൻ നാടും വീടും വിടുന്നു. രാഗോന്മാദി

യായി വിന്ധ്യാവനങ്ങളിൽ അലഞ്ഞുതിരിയുന്നതിന്റെ കാരണവും മറ്റൊന്നല്ല. ഇവിടെ മറ്റൊരു പ്രധാന സംഗതി പ്രസക്തമാണ്; അതായത് നളിനി ദിവാകരന്മാരേപ്പോലെ ആശാന്റെ വ്യക്തിസ്വത്വങ്ങളുടെ പ്രതീകങ്ങളല്ല ഈ കാവ്യത്തിലെ നായികയും നായകനും. അതിന്റെ കാരണം ഈ ഇരുകാവ്യങ്ങളും രചിക്കുന്ന ഭിന്നഘട്ടങ്ങളിൽ ആശാനിലെ സ്വത്വവ്യക്തിത്വങ്ങളും വീക്ഷണവും ഭിന്നമായിരുന്നു എന്നതാണ്. ലൗകിക ജീവിതത്തിലേക്ക് കൂടുതൽ ഇറങ്ങിപ്പെരുമാറിയതിന്റെ ഫലമാവാം നേരത്തെ പറഞ്ഞ ഭൗതിക വീക്ഷണമാർന്ന വ്യക്തിത്വത്തിന് ലീലാരചനാ കാലമാവുമ്പോഴേക്കും മുൻതൂക്കം ലഭിക്കുന്നത്.

സംഘർഷം കൊണ്ട് പരിവർത്തനത്തിന് വിധേയമായിക്കഴിഞ്ഞ സ്വത്വവ്യക്തിത്വങ്ങളാണ് ലീലാ മദനന്മാരുടെ സൃഷ്ടിക്കു പിന്നിൽ പ്രവർത്തിക്കുന്നത്; അതായത്, അന്തർദൈന്യാവസ്ഥവിട്ട് ആദർശവത്കരണമെന്ന അനുരഞ്ജനത്തിലെത്തിച്ചേർന്നു ആ സ്വത്വവ്യക്തിത്വങ്ങൾ. ലീലാകാവ്യത്തിന്റെ സത്ത, ആദർശസുരഭിലമാണെങ്കിലും ക്രിയാംശ ത്തിൽ അതൊരു 'മദനലീല' തന്നെയായി. നളിനി ദിവാകരന്മാരുടെ നാമപ്രയോഗം പോലെ തന്നെ ലീലാമദനൻമാരുടെ പേരുകളും അർത്ഥപുഷ്ടമായി. സ്നേഹസംബന്ധിയായ ലീലയുടെ വിചാരങ്ങൾ ശ്രേഷ്ഠങ്ങളാണെങ്കിലും അത് 'മാംസ' നിബന്ധം തന്നെയാണ്. താൻ കാമിക്കുന്ന പുരുഷന്റെ മുഖമൊന്ന് കാണുവാൻ തന്നെയാണ് അവൾ ഇറങ്ങത്തിരിക്കുന്നത്. രത്യാദവശിതമായ ഒരുൾവിളിയാണ് അവളെ ഭരിക്കുന്നത്.

മദനന്റെ സ്നേഹവും ഈ മണ്ണോടു ചേർന്നുതന്നെ നിൽക്കുന്നു എന്നു മാത്രമല്ല, സ്വാർത്ഥപൂരിതവും ആധിപത്യ സ്വഭാവമുള്ളതുമാണ്. ലീല അയാളെ ആലിംഗനം ചെയ്ത് ഉടലവനിലണച്ച സന്ദർഭത്തിൽ മോഹം അവനെ വിട്ടകന്നെന്നും തന്റെ പ്രിയതമയുടെ മുഖം അവൻ നുകർന്നെന്നും പറയുമ്പോൾ അവന്റെ സ്നേഹവും ആദ്ധ്യാത്മികമായിരുന്നില്ലെന്ന് വ്യക്തമാണ്. പക്ഷേ, അവന്റെ ഈ താത്പര്യമൊക്കെ ഒരു നിമിഷനേരത്തേക്കു മാത്രമേ ഉണ്ടായിരുന്നുള്ളു. അടുത്തനിമിഷം തന്നെ വിസ്മൃതിയിൽ മുങ്ങിനിന്ന ലീലയെ വേർപെടുത്തിയിട്ട് മഴമേഘത്തിനിടയിൽ 'ഇളംപിറ' പോലെ അവൻ മറഞ്ഞുകളഞ്ഞു. തുടർന്ന് 'ഘുമഘുമരഘോഷ'മാർന്ന രേവാനദിയിലവൻ അവനെ ബലി നൽകുന്നു. ഇത്തരുണത്തിൽ ചില സംശയങ്ങൾ തിരിനീട്ടുന്നുണ്ട്. ലീലയുടെ മുഖകമലം ഒന്നു നുകർന്നശേഷം ഭയപ്പെട്ടതുപോലെ അടുത്തനിമിഷം മദനൻ പിൻവാങ്ങുന്നതെന്തുകൊണ്ടാണ്? വളരെ വേഗം ലീലയിൽനിന്നകലുന്നതിനും ആത്മഹത്യ ചെയ്യുന്നതിനും പ്രേരിപ്പിക്കുന്നതെന്താണ്?

ലീലയുടെ നേർക്കുള്ള ശക്തമായ പ്രണയം അയാളുടെ ഉപബോധ

മനസ്സിൽ കുടികൊള്ളുകയാണ്. ലീലയുടെ ശരീരസംഗവും തലോടലും മൃദുവാക്കും ഏറ്റ് സ്വയം വിസ്മൃതനായ മദനന് 'മോഹം വന്നപോലെ' തോന്നി എന്നാണല്ലോ കവി പറയുന്നത്. അത്യന്തം ഉത്ക്കടമായ സ്നേഹ വിചാരത്തിനടിപ്പെട്ടതു കൊണ്ടാണ് മോഹമകന്നിട്ടും അയാൾ ലീലയെ ചുംബിക്കുന്നത്. അങ്ങനെയാണെങ്കിൽ ഭയപ്പെട്ടാലെന്നവണ്ണം പിൻമാറിക്ക ളഞ്ഞതെന്തുകൊണ്ടാണ്? പരകളത്രമാണെന്ന വിചാരം കൊണ്ടാകുമോ? ഇതൊന്നുമാകാൻ വഴിയില്ല. ഭയന്നുള്ള പിന്മാറ്റത്തിനു പിന്നിൽ വർത്തി ച്ചത് അപരാധബോധമാകാനാണ് വഴി. വിദ്വേഷമായിരുന്നു ഭാവമെങ്കിൽ ഒരു ശബ്ദമെങ്കിലും മദനൻ ഉരുവിട്ടേനെ. അതുണ്ടായില്ലല്ലോ. മദനനെ വല്ലാതെ ഭരിച്ചത് നൈരാശ്യവും കുറ്റബോധവുമാവാനാണ് ഏറെ ന്യായം. ലീലയുടെ ഭർത്താവ് മരിച്ച വിവരമോ, മദനനെ മാത്രം അന്വേഷിച്ചിറങ്ങി പ്പുറപ്പെട്ടതാണ് ലീല എന്നുള്ള വസ്തുതയോ മദനന് അറിവില്ല. ആ നിലയ്ക്ക് ഒരളവുവരെ വിദ്വേഷഭാവം മദനനിലുണ്ടാവാം. എങ്കിലും പരക ളത്രത്തെയാണ് താൻ ആലിംഗനം ചെയ്തത് എന്ന അപരാധബോധമാണ് അയാളെ പിൻതിരിപ്പിച്ചത് എന്നു കരുതുന്നതിലെ ശുദ്ധി മറ്റെന്തിലും പ്രക ടമല്ല. ആ വിശുദ്ധി മാത്രമെ അയാളുടെ നിഷ്ക്കന്മഷമായ സ്നേഹത്തിന് മാറ്റ് വർദ്ധിപ്പിക്കുകയുള്ളൂ; അതുകൊണ്ടു മാത്രമേ ആസ്വാദകന്റെ സംസ്കാരത്തിന് ഉയർച്ചയും സംഭവിക്കുകയുള്ളൂ.

ആത്മഹത്യയിലേക്ക് മദനനെ നയിച്ച മനോഭാവം എന്താണെന്നാലോ ചിക്കേണ്ടതുണ്ട്. ജീവിതനൈരാശ്യം എന്നുത്തരം പറയാമെങ്കിലും മറ്റനേകം അപ്രസക്തസങ്കീർണ്ണതകളിലേയ്ക്കേ ആ സമാധാനം വഴിമരുന്നിടുകയു ള്ളൂ. ലീല വിവാഹിതയായ വർത്തമാനം അയാൾ നേരത്തെതന്നെ അറി ഞ്ഞതാണല്ലോ. എന്നിട്ടും അന്നൊന്നും ആത്മഹത്യാശ്രമം നടത്താതെ ഇങ്ങനെയൊരു ഘട്ടംവരെ കാത്തിരുന്നതോ? വിന്ധ്യാവനങ്ങളിൽ ലീലാ മന്ത്രം ഉരുവിട്ടുകൊണ്ട് പ്രേമജ്വരോന്മാദിയായി നടക്കുകയാണ് ചെയ്തത്. ചുരുക്കത്തിൽ ആത്മഹത്യാഭിവാഞ്ഛ മദനന്റെ ഉപബോധമനസ്സിൽ ഇല്ലാ യിരുന്നു എന്നുവേണം കരുതാൻ. ഒരിക്കൽക്കൂടി ലീലയെ ദർശിക്കുവാ നുള്ള ഉത്ക്കടലാഭിലാഷമായിരിക്കണം അയാൾ വച്ചു പുലർത്തിയത്. അതു കൊണ്ടു തന്നെയാവണം നേരത്തേ അയാൾ ആത്മഹത്യാശ്രമം നടത്താ തിരുന്നതും. ലീലയെ ഒരിക്കൽകൂടി കാണാനും അവളുടെ സ്നേഹോദാര മായ പ്രകടനം അനുഭവിക്കാനും അയാൾ അത്യധികം ആഗ്രഹിച്ചിട്ടുണ്ടാ വണം. അവളെ ഒന്നു ചുംബിക്കുകയെങ്കിലും ചെയ്യുക എന്നത് അയാളുടെ ജീവിതാഭിലാഷമായി അയാൾ കരുതിയിരുന്നു. ഇപ്രകാരമുള്ള ജീവിതല ക്ഷ്യസംബന്ധിയായ സംഗതികൾ സാധിച്ചതിന്റെ പേരിലുള്ള നൈമിഷി കമായ സംതൃപ്തിമൂലം, ഇനി ജീവിച്ചിരിക്കേണ്ട കാര്യമില്ല എന്ന ജീവിത

വൈരാഗ്യമാണോ മദനനെ ആത്മഹത്യയ്ക്കു പ്രേരിപ്പിച്ചത്. മദനന്റെ ആത്മ ക്കൊലയ്ക്കു പിന്നിൽ ജീവിതവൈരാഗ്യം ഒരു പ്രസക്തഘടകമായിരുന്നു. എങ്കിലും ആ ജീവിതവൈരാഗ്യത്തിനടിസ്ഥാനം മേൽപ്പറഞ്ഞ താത്ക്കാലിക സംതൃപ്തിയാണെന്നു കരുതാമോ?

മോഹവിമുക്തനായ മദനൻ ഉപബോധമനസ്സിന്റെ തീവ്രപ്രേരണയാലാണല്ലോ ലീലയെ ചുംബിക്കുന്നത്. ഉത്തരക്ഷണത്തിൽത്തന്നെ അയാൾ മനസ്സിലാക്കുന്നു തന്റെ പ്രവൃത്തി ശരിയല്ലെന്ന്. കടുത്ത ഭയത്തിനും നിരാശാബോധത്തിനും അയാൾ അടിപ്പെടുന്നു. വിവിധങ്ങളായ വിചാരത്തള്ളൽ അയാളുടെ നൈരാശ്യബോധത്തിന് ആക്കം കൂട്ടിയിട്ടുണ്ടാവാം. തന്റെ സർവസ്വമായി കരുതിയ ലീല തന്റേതല്ലെന്നും അന്യകളത്രമാണെന്നുമുള്ള അറിവ് അയാളെ ധർമ്മഭയത്തിന് അടിപ്പെടുത്തിക്കാണും. അതേസമയം ലീല മുഴുവനായും തന്റേതു മാത്രമായിരിക്കണം എന്നുള്ള ആഗ്രഹവും വളരെ ശക്തമായിരുന്നിരിക്കണം അയാളിൽ. ഈ സ്വഭാവമുള്ള മദനന്റെ സ്നേഹത്തിന് സഹിക്കുവാനോ പൊറുക്കുവാനോ കഴിയുന്നില്ല. ലക്ഷ്യം പ്രാപിക്കാത്ത ഇത്തരത്തിലുള്ള സ്നേഹം പലപ്പോഴും അങ്ങേയറ്റം സങ്കീർണ്ണസ്വഭാവം കൈക്കൊള്ളും. അത് ദ്വേഷമോ, പ്രതികാരമോ, നിരാശയോ, ജീവിതവൈരാഗ്യമോ ഒക്കെയായി രൂപം പ്രാപിക്കാറുണ്ട്. സ്നേഹിക്കുന്ന വ്യക്തിയുടെ സാംസ്കാരിക പശ്ചാത്തലമനുസരിച്ചായിരിക്കും ഇത് പ്രയോഗതലത്തെ പ്രാപിക്കുന്നത്. മദനന്റെ ചിത്തം സംസ്കൃതമാണെന്ന നിലയ്ക്ക് വിദ്വേഷമോ, പ്രതികാരമോ എന്നതിലുപരി നൈരാശ്യമായിരിക്കാം ആത്മഹത്യാപ്രേരണയെ പ്രയോഗതലത്തോളം എത്തി ച്ചത്. ലീലയുടെ നേർക്കുള്ള തന്റെ സ്നേഹം ഉജ്ജ്വലത്താക്കാനാണ് മദനൻ ആഗ്രഹിച്ചത്. തന്റെ സ്നേഹത്തിനു പ്രതിയായി ലീല സ്നേഹം ചൊരിഞ്ഞപ്പോൾ മദനനിലെ സ്നേഹനാളം കൂടുതൽ ജ്വലിച്ചു. പക്ഷേ, താൻ ഉള്ളിൽ സ്വരൂപിക്കുന്ന വിശുദ്ധകാമുകിയുടേതായ സ്നേഹമല്ല തനിക്ക് മടക്കിക്കിട്ടുന്നതെന്ന ബോധം മദനനെ ഭരിച്ചപ്പോൾ അയാൾ നിരാ ശയോടെ പിൻവാങ്ങുകയാണ്. പരകളത്രത്തിന്റെ സ്നേഹമാണ് താൻ നിമിഷനേരത്തേക്കനുഭവിച്ചതെന്നറിയുമ്പോൾ ആ സ്നേഹജ്വാലയെ കെടുത്തിക്കളയാനാണ് അയാൾ വെമ്പിയത്. മദനന്റെ ആത്മഹത്യക്ക് പ്രേരകീഭവിച്ച ചിത്തവൃത്തി ഏതാണ്ടിപ്രകാരമാണ് രൂപപ്പെട്ടത്. ഒരു വിധത്തിൽ ഇതിനു പിന്നിൽ പ്രവർത്തിച്ച അന്തർദൈന്യാകുലമായ മനസ്സിന്റെ ഉടമ കവി തന്നെയാണ്. ഈ ആകുലാവസ്ഥയിൽ നിന്നുള്ള മോചനോപാധിയായി കവി കണ്ടുപിടിച്ച അതിസമർത്ഥമായ ഒരു വിദ്യയാണ് മദ നന്റെ ആത്മഹത്യ. ലീലയുടെ ആത്മഹത്യയോ, എന്നാൽ അനിവാര്യ മാണുതാനും. അവൾക്ക് മാത്രമായി ഒരസ്തിത്വം പിന്നീട് കവിതയിലവൾക്കില്ല. പ്രത്യേകിച്ച് വിന്ധ്യാ

വനം തന്നെ പശ്ചാത്തലം ഒരുങ്ങിയ നിലയ്ക്ക്. അതുകൊണ്ട് മദനന്റെ അന്ത്യത്തോടെ ലീലയുടെ അന്ത്യവും സംഭവിക്കുക എന്നത് സ്വാഭാവിക മാണ്.

ലീലാകാവ്യത്തിന്റെ ദുരന്തസ്വഭാവം?

പ്രഥമവീക്ഷണത്തിൽ 'ലീല' ഒരു ദുരന്തകാവ്യമായി പരിഗണിക്കാൻ ഇടയുണ്ട്: കാരണം നായികയുടെയും നായകന്റെയും മരണത്തിൽ കാവ്യം അവസാനിക്കുന്നു. പക്ഷേ, മരണങ്ങൾ കൊണ്ടുമാത്രം ലീലയെ ഒരു ഒരു ട്രാജഡിയായി എണ്ണാൻ പറ്റുമോ? മരണം എന്ന പ്രതിഭാസം അതിൽ ത്തന്നെ ഒരു ട്രാജഡിയല്ല. ജീവിതത്തിന്റെ ഒരനിവാര്യപരിണാമം മാത്ര മാണ് മരണം. മരണം ഒരവശ്യഘടകമായാലേ ട്രാജഡിയാവൂ എന്നൊന്നു മില്ല. അതിനാൽ മരണത്തിൽ അവസാനിക്കുന്ന കൃതികളൊക്കെ ട്രാജ ഡിയുടെ ലക്ഷണം പൂർത്തീകരിക്കുന്നുണ്ടെന്ന് കരുതാനും ന്യായമില്ല. ജീവിതം പുരോഗാമിയല്ലാത്ത അവസരത്തിലും മരിക്കാൻ പോലും ഗതിയി ല്ലാതെ ജീവിക്കേണ്ടിവരുന്ന ഒരവസ്ഥ സത്യത്തിൽ ദുരന്തമാണ്. അങ്ങ നെയുള്ള ജീവിതം ട്രാജഡിതന്നെ. ഈ ഘട്ടത്തിൽ സംഭവിക്കുന്ന മരണം കേവലം മോചനമാർഗമാണെന്ന് കരുതാം. ഈ പരിതസ്ഥിതിയിൽ മദനന്റെ മരണശേഷം ജീവിക്കേണ്ടി വരുമായിരുന്നെങ്കിൽ ആ ജീവിതം ലീലയ്ക്ക് ഒരു ദുരന്തമായിരുന്നേനെ. ലീലാ മദനൻമാരുടെ സ്നേഹം പരലോകത്തിൽ യാഥാർത്ഥ്യമാകുന്നതിനെപ്പറ്റി കവി പറയുന്നുണ്ടല്ലോ. ആ സ്ഥിതിയ്ക്ക് ലീലാകാവ്യം ഒരു ട്രാജഡിയായി കരുതേണ്ടതില്ല. ഇതിനുപുറമെ കവി മറ്റൊരു ചെറിയ നിബന്ധനംകൂടി കവിതയിൽ നടത്തുന്നുണ്ട്. സ്വപ്നത്തിൽ മാധവിയെ സന്ദർശിക്കുന്ന ലീലാമദനൻമാർ ദർശനം നടത്തുന്ന ജീവിത തത്ത്വചിന്ത ഈ കാവ്യത്തിലെ ദുരന്തസ്വഭാവത്തെപ്പറ്റി അല്പം സംശയ മുണർത്തുന്ന സാഹചര്യത്തെക്കൂടി കവി മായ്ച്ചുകളഞ്ഞു. ചുരുക്കത്തിൽ ലീലയ്ക്ക് ഒരു ട്രാജഡിയുടെ സ്വഭാവമില്ല.

രചനാശില്പം

നേരത്തെ പരാമർശിച്ച സ്വത്വവ്യക്തിത്വങ്ങളുടെ അന്തർദൈന്യം ആശ ാൻ കവിത്വത്തിൽ ചെലുത്തിയ സ്വാധീനം എന്താണെന്ന് പര്യാലോചിക്കേ ണ്ടിയിരിക്കുന്നു. കവിത്വത്തിന്റെ ഉദാത്തത പ്രകടമാകുന്നത് ആവിഷ്കാര ത്തിന്റെ ശ്രേഷ്ഠതയിലാണ്. ആവിഷ്കരണത്തിലെ ഈ തീവ്രത നളിനി യിലെപ്പോലെ ലീലയിൽ അത്ര ഗൗരവമുള്ളതല്ല. കാരണം ആദർശ വത്ക രണം എന്ന അനുരഞ്ജനത്തിന് ആശാൻ സന്നദ്ധനായി എന്നതാണ്.

ആശാന്റെ മിക്കവാറും ഖണ്ഡകാവ്യങ്ങൾക്ക് ചെറുകഥയുടെ കാവ്യ സാൽകൃതരൂപമാണുള്ളത്. നാടകീയ ഭംഗിയുള്ള, പ്രത്യക്ഷവത്കരണ ക്ഷമ

തയുള്ള കാവ്യസാൽകൃത കഥകളാണ് ആശാന്റെ ഖണ്ഡകാവ്യങ്ങൾ എന്നു കരുതുകയാണ് ഉചിതം.

ഈ നിരീക്ഷണം ലീലയ്ക്ക് ഏറെ യോജിക്കും. കാവ്യാരംഭം തന്നെ കഥാമദ്ധ്യത്തിൽവച്ചാണല്ലോ. ആസ്വാദകരിൽ ആകാംക്ഷ ജ്വലിപ്പിക്കാൻ പര്യാപ്തമാണ് ഈ സമർത്ഥമാർഗ്ഗം. ഇത്രത്തോളം സമർത്ഥമായ ഒരാവിഷ്കരണസങ്കേതം ആശാന്റെ ഇതരകാവ്യങ്ങളിൽ ഇല്ലതന്നെ.

''പ്രണയ പരവശേശുഭം, നിനക്കു-
ണരുകയുണ്ടൊരു ദിക്കിൽ നിൻ പ്രിയൻ
ഗുണവതി നെടുമോഹനിദ്രവിട്ടു-
ണരുക ഞാൻ സഖി നിന്റെ മാധവി."

എന്നാണല്ലോ കാവ്യം ആരംഭിക്കുന്നതുതന്നെ. ആസ്വാദകപക്ഷത്തു നിന്നു നോക്കിയാൽ ഇത് തികച്ചും ആകാംക്ഷോദ്ദീപകമായ ഒരേർപ്പാടാണ്. കാവ്യത്തിന്റെ ഒന്നാം സർഗം മുഴുവനും നിബന്ധിച്ചിരിക്കുന്നത് ഈ ശ്ലോകം ഉണർത്തുന്ന പ്രശ്നങ്ങൾക്കുത്തരം എന്ന മട്ടിലാണ്. അതായത് ഇതിവൃത്തത്തിന്റെ ഭൂതകാല സംഭവങ്ങൾ ഒന്നാം സർഗത്തിലും, പ്രഥമശ്ലോകത്തിൽ സൂചിപ്പിക്കപ്പെടുന്ന ക്രിയാംശത്തെ ചുറ്റിപ്പറ്റിയുള്ള വർത്തമാനകാല സംഭവങ്ങൾ രണ്ടാം സർഗത്തിലും പ്രതിപാദിക്കുന്നു.

ഒരു പ്രദക്ഷിണത്തിന്റെ സമ്പ്രദായത്തിലാണ് ഇതിവൃത്തക്രമം മൂന്നു സർഗ്ഗങ്ങളിലായി സംവിധാനം ചെയ്തിരിക്കുന്നത്. വർത്തമാനകാലത്തിന്റെ മുനയ്ക്ക് തുടങ്ങി ഭൂതകാലത്തിലേക്ക് വലിഞ്ഞ് പിന്നെയും വർത്തമാനകാലത്തിലേക്ക് വരുന്ന ഒരു സമ്പ്രദായം ഇതിവൃത്തത്തിലെ സംഭവങ്ങളെ കാലക്രമമനുസരിച്ച് മൂന്നായി തിരിച്ച് മൂന്ന് സർഗങ്ങളിലായി ആവിഷ്കരിച്ചിരിക്കുന്നു. കഥയുടെ ആദി ഒന്നാം സർഗത്തിലും മദ്ധ്യം രണ്ടാം സർഗത്തിലും അവസാനം മൂന്നാം സർഗത്തിലും എന്നതാണ് ക്രമം. ഇവയിൽ ഒന്നാം സർഗത്തിൽ ക്രിയാംശം ചലനാത്മകമല്ല. രണ്ടാം സർഗത്തിൽ ചലിച്ചു തുടങ്ങുന്നു. പക്ഷേ, ഈ ചലനം വിരുദ്ധ ചിത്തവൃത്തികളിൽ നിന്നാണ് ഉയർന്നുവരുന്നത്. അതുകൊണ്ട് സംഘർഷം വളരെ കൂടുതലാണ്. വർദ്ധിച്ച സംഘർഷം തുളുമ്പിനിൽക്കുന്നതുകൊണ്ട് ശക്തിയും, ചൈതന്യവും, സംവാദക്ഷമതയും വേണ്ടത്ര കൈവന്നിട്ടുണ്ട്. ലീലയുടെയും മാധവിയുടെയും തർക്കവിതർക്കങ്ങൾ കഥാഗതിയ്ക്ക് നൽകുന്ന മിഴിവും ചില്ലറയല്ല. അവരുടെ വ്യക്തത്വങ്ങൾക്ക് കിട്ടുന്ന ശോഭയും ശ്രദ്ധേയമാണ്. മാധവി കേവലം തോഴി മാത്രമല്ല, ഒരു തോഴിയ്ക്ക് പ്രകടമാക്കാവുന്നതിലധികം താർക്കികബോധം മാധവി വച്ചുപുലർത്തുന്നുണ്ട്. ലീലാ മാധവിമാരുടെ ന്യായവാദങ്ങളിലൂടെ നാം സത്യത്തിൽ കണ്ടെത്തുക കുമാരനാശാന്റെ ദ്വിമുഖവീക്ഷണമാർന്നു നിൽക്കുന്ന അന്തർദൈന്യമെന്ന ഭാവമാണ്. അതു

കൊണ്ട് കാവ്യത്തിലെ ഈ പ്രത്യേക ഘട്ടത്തിന് വളരെ ശ്രദ്ധേയമായ ഒരു സ്ഥാനമാണുള്ളത്.

മാധവിയുടെ എതിർയുക്തികളൊന്നും ലീല അംഗീകരിക്കുന്നില്ല. ലീലയുടെ നിശ്ചയദാർഢ്യത്തിനു മുമ്പിൽ മാധവി തന്റെ വാദങ്ങളെ ത്യജിക്കുന്നു. മദനാന്വേഷണത്തിനായി ഇവർ സാഹസപൂർവം ഇറങ്ങിത്തിരിക്കുന്നു. പല ദിവസങ്ങൾകൊണ്ട് ഇവർ വിന്ധ്യാവനങ്ങളിലെത്തി നിൽക്കുന്നതോടെ കാവ്യത്തിന്റെ ഒന്നാം സർഗവും കഥാമധ്യവും അവസാനിക്കുന്നു.

പാത്രസ്വഭാവം

ലീല: കാവ്യത്തിന്റെ പേര് ലീല എന്നാണല്ലോ. ഇപ്രകാരം ഒരു നാമം ഗ്രന്ഥത്തിന് നൽകിയത് കരുതിക്കൂട്ടിയാണ്. നായികയുടെ പേര് കാവ്യത്തിന് നൽകിയിരിക്കുന്ന, മറ്റൊരു കൃതി നളിനിയാണല്ലോ. പ്രണയപരവശയും വിധിവിയോഗിനിയും എന്നാൽ സ്ഥിരാനുരാഗിണിയുമായ നായികയുടെ കഥയായതിനാലാണ് ഇതിന് ലീല എന്ന് പേർ നല്കയിരിക്കുന്നത്. മനുഷ്യജീവിതത്തിലെ സംഭവപരമ്പരകളൊക്കെയും സ്ഥിരബദ്ധമായ പ്രേമത്തെ സർവവിധേനയും പുഷ്ടിപ്പെടുത്തുകയാണ് വേണ്ടതെന്ന സത്യം ഈ കാവ്യത്തിലൂടെ ആശാൻ ഊന്നിപ്പറയുന്നു.

വിരഹവേദനയാൽ തളർന്നു വിവശയായ ലീലയോട് 'പ്രണയപരശേ ശുഭംനിനക്ക്' എന്ന് തോഴിയായ മാധവിയുടെ ആശ്വാസവാക്കോടു കൂടിയാണല്ലോ കാവ്യാരംഭം. സുഖസമൃദ്ധമായ തന്റെ ഭവനത്തിന്റെ എടുപ്പുകളിൽ ഉല്ലസിച്ചു നടക്കാൻ കൂട്ടാക്കാതെ പ്രിയതമനെക്കുറിച്ചുള്ള വിചാരത്തിൽ തപിച്ചു കഴിയുകയാണവൾ. പിതൃഹിതം അവൾ മാനിച്ചു. അച്ഛന്റെ താത്പര്യപ്രകാരം അദ്ദേഹം അന്വേഷിച്ച് തനിക്ക് നൽകിയ വരനുമൊത്ത് അവൾ കഴിഞ്ഞുകൂടി. പക്ഷേ, പൂർവകാലകാമുകനെപ്പറ്റി വിചാരപ്പെട്ടുഴലുയായിരുന്നു മനസ്സ്. ഭർത്താവിന്റെ അകാലമൃത്യുവും മാതാപിതാക്കളുടെ അപ്രതീക്ഷിത വേർപാടും അവളെ കൂടുതൽ മനസ്ഥൈര്യമുള്ളവളാക്കി. ഇളംമനസ്സിൽ ഗുരുജനാഭീഷ്ടത്തെ ധിക്കരിക്കാനുള്ള ശക്തി ഊറിക്കൂടിയിരുന്നില്ല. എന്നാൽ ജീവിതാനുഭവത്തിന്റെ ആക്കം വർദ്ധിച്ചപ്പോഴും സംഭവപരമ്പരകൾ ഉൾവിളികൾക്കൊത്ത് പരിണമിച്ചപ്പോഴും അവൾ തന്റെ അഭീഷ്ടത്തെ അംഗീകരിച്ചു. അതിനൊത്ത് ചുറ്റുപാടുകളെ വ്യതിചലിപ്പിക്കാൻ തീരുമാനിച്ചു. അതുകൊണ്ടാണ് അവൾ തോഴിയായ മാധവിയെ മദനാന്വേഷണത്തിന് നിയോഗിക്കുന്നത്.

മദനനെ അന്വേഷിച്ച് മടങ്ങിയെത്തുന്ന മാധവി ലീലയെ ഉപദേശിക്കുന്നത്, അയാളെപ്പറ്റിയുള്ള മധുരസ്മരണകൾ മാത്രം മതിയെന്നും അയാൾ മൃതകല്പനായിത്തീർന്നു എന്നുമാണ്. പക്ഷേ, ലീല അതിനു

മനസ്സാകുന്നില്ല. താൻ മദനനെത്തേടി പോവുകയാണെന്നും തോഴിയായ മാധവിയും തന്റെ കൂടെ വരണമെന്നും അവൾ നിഷ്കർഷിക്കുന്നു. ഇപ്രകാരം ഒരു നിഷേധമനോഭാവം പ്രകടിപ്പിക്കാൻ പാകത്തിൽ അവൾ ഉൾക്കരുത്ത് നേടിയിരുന്നു. കൂടാതെ തന്റെ പ്രിയതമനെ വിട്ട് ഭർത്താവിന്റെ കൂടെ പോയതിനെപ്പറ്റി അല്പം കുറ്റബോധവും പശ്ചാത്താപവും അവളിൽ അങ്കുരിച്ചിരുന്നു. അതുപോലെ തന്റെ പ്രിയന് പൂക്കളിൽ വെച്ച് ചമ്പക ത്തെയും സ്ത്രീകളിൽ ലീലയെയും മാത്രമേ ഹിതകരമായിട്ടുള്ളൂ എന്ന വസ്തുത ലീലയ്ക്കറിയാമായിരുന്നു. ചമ്പകപ്പൂ വണ്ടുകളെ സ്വീകരിക്കുന്നില്ലാത്തതുപോലെ താനും മറ്റു കാമുകന്മാർക്കു സ്വാഗതമരുളാൻ തീരുമാനിച്ചിട്ടില്ല. ഇതിൽ നിന്ന് ലീലയ്ക്ക് മദനന്റെ നേർക്കുള്ള സ്ഥിരാനുരാഗം പ്രകടമാണ്. കൂടാതെ മദനാന്വേഷിയായി വിന്ധ്യാവനങ്ങളിലെത്തുമ്പോൾ പ്രകൃതിയിലെ പ്രതിഭാസങ്ങളോടു പോലും അവൾ പ്രാർത്ഥിക്കുന്നു. മനസാ വരിച്ച മദനനെപ്പറ്റിയുള്ള വികാരമൂർച്ഛയിൽ തന്റെ ആത്മാവ് വെന്തെരിയുകയാണെന്നും തന്നിൽ ദയ തോന്നണമെന്നും ചമ്പകപ്പൂമണം ചേർന്ന കാറ്റിനോട് അവൾ യാചിക്കുന്നു. അവസാനം മദനദർശനം ഉണ്ടാകുമ്പോൾ അയാളെ ആവേശപൂർവം ആലിംഗനം ചെയ്യുന്ന അവളുടെ അനുരാഗം മാംസനിബദ്ധംതന്നെയാണ്. നർമ്മദയുടെ നെഞ്ചിൻകൂടുകളിൽ തന്റെ ജീവനെയർപ്പിക്കുന്ന മദനന്റെ അതേ വഴിതന്നെ ലീലയും പിൻതുടർന്ന് സാഫല്യമടയുന്നു. ഈ ജീവിതം അനശ്വരമാണെന്നും ലോകചക്രം ചുറ്റിത്തിരിഞ്ഞു വരുമ്പോൾ പ്രേമദാർഢ്യമുള്ള ഹൃദയങ്ങൾ വീണ്ടും ഒന്നിക്കുമെന്നും അവൾക്ക് വിശ്വാസമുണ്ടായിരുന്നു. ഇതേ വിശ്വാസം മദനനിലും രൂഢമൂലമായിരുന്നു. കാവ്യാവസാനത്തിൽ മോഹാലസ്യത്തിലാണ്ടു കിടക്കുന്ന മാധവിയുടെ മുന്നിൽ ഇവർ ഒന്നിച്ച് പ്രത്യക്ഷപ്പെടുന്നുണ്ടല്ലോ, മരണം ജീവികളുടെ അവസാനമല്ലെന്നും അപരിത്യാജ്യമായ ഒരു പരിണാമദശയാണെന്നും അവർ പ്രഖ്യാപിക്കുന്നു. ചുരുക്കത്തിൽ പല വിചാരവികാരമേഖലകളിലൂടെ ആനയിക്കപ്പെട്ട് പരീക്ഷിതയായി എത്തുന്ന ലീല ഇത്തരം ഒരു പ്രണയേതിഹാസത്തിന് പറ്റിയ നായികയാണ്.

മാധവി: പ്രണയ താപത്താൽ മൂർച്ഛിച്ചു കിടക്കുന്ന ലീലയ്ക്ക് ശുഭമാശംസിച്ചുകൊണ്ട് മാധവി എന്ന കഥാപാത്രം കാവ്യത്തിലാദ്യം പ്രവേശിക്കുന്നതായി ആശാൻ നിബന്ധിച്ചിരിക്കുന്നു. സംസ്കൃതസങ്കേതപ്രകാരം ഒരധമകഥാപാത്രമാകാനുള്ള യോഗ്യത മാത്രമേ ഒരു തോഴിയ്ക്കുള്ളൂ. ആ തോഴിയെ കാവ്യത്തിന്റെ മർമ്മപ്രധാനമായ പ്രഥമ ശ്ലോകത്തിൽത്തന്നെ തന്നെത്താൻ പരിചയപ്പെടുത്തുന്നവളായി അവതരിപ്പിക്കുന്നതിന്റെ പിന്നിൽ ചില പ്രത്യേക ലക്ഷ്യങ്ങൾ കവി നിശ്ചയമായും കണ്ടിട്ടുണ്ടാവണം. നായികയോടൊപ്പംതന്നെ നിയതിയുടെ ദുർഗതിയും ജീവിതത്തിന്റെ പാരുഷ്യവും

സ്വയമേ പങ്കുവെച്ച ആത്മമിത്രത്തെയാണ് മാധവിയിലൂടെ ആശാൻ അവതരിപ്പിച്ചിരിക്കുന്നത്. തന്റെ സഖിയുടെ ഇഷ്ടത്തിനൊത്ത് മാത്രം ചരിക്കുന്നവളാണവൾ. അതും ശ്രേഷ്ഠവും വിദഗ്ധവുമായ രീതിയിൽ. അരാവലി പർവതത്തിന്റെ ശൃംഗവനങ്ങളിൽ അവൾ ഏകാകിയായാണ് മദനനെ അന്വേഷിച്ചലയുന്നത്. വേടനാരിമാരോടന്വേഷിച്ചും മറ്റും ഒരു വർഷത്തോളം പോക്കിയശേഷം മദനനെപ്പറ്റി കൃത്യമായി വിവരങ്ങളും കൊണ്ട് മടങ്ങിയെത്തുന്ന മാധവി തന്റെ ദൗത്യം വിജയകരമായി നിർവഹിക്കുന്നു.

എന്നു മാത്രമല്ല, അവൾ തന്റെ സഖിയെ ചില പ്രായോഗിക നിർദ്ദേശങ്ങൾ വഴി ഉപദേശിക്കുകയും ചെയ്യുന്നു. വന്യജീവികളുടെ സഹവാസം മാത്രമാണ് മദനൻ ഇപ്പോൾ ഇഷ്ടപ്പെടുന്നത്. അയാൾ അസ്ഥിമാത്രശേഷനും വിരൂപിയുമായി തീർന്നിരിക്കുന്നു. ഇനിമേൽ തന്റെ സഖിക്ക് യോജ്യനായ ഭർത്താവാകാനുള്ള യോഗ്യത അയാളിൽ കാണുന്നില്ല എന്നും മറ്റും മാധവി ലീലയെ ഉപദേശിക്കുന്നു. ലീലയ്ക്ക് മദനനോടുള്ള ആഭിമുഖ്യം കുറയ്ക്കണം എന്ന് ഉപദേശിക്കുമ്പോഴും അവൾക്ക് അദ്ദേഹത്തോട് ബഹുമാനക്കുറവോ അപമതിയോ ഇല്ല. കുലകന്യകയും ലാവണ്യവതിയും, സമ്പന്നയും, യൗവനയുക്തയുമായ തന്റെ പ്രിയസഖി ഈ ഭൂമിയിൽ സർവസൗഭാഗ്യങ്ങളും ഉള്ളവളായിത്തീരണം എന്ന ആഗ്രഹം കൊണ്ടു മാത്രമാണ് ലീലയെ മദനനിൽ നിന്ന് പിന്തിരിപ്പിക്കാൻ മാധവി ശ്രമിക്കുന്നത്.

സത്യത്തിൽ ക്രമാതീതമായ ത്യാഗമാണ് മാധവി തന്റെ തോഴിക്കു വേണ്ടി അനുഷ്ഠിക്കുന്നത്. ഇത്രമാത്രം ത്യാഗോജ്ജ്വലമായി സഖി പരിചരിച്ച അപൂർവ കഥാപാത്രങ്ങളെ പുരാണങ്ങളിലെ കണ്ടെത്താനാവൂ. പ്രിയനെത്തേടിപ്പോയേ മതിയാവൂ എന്നും അയാളുമായി സംഗമിച്ചേ തന്റെ മനസ്സിന് ശാന്തി ലഭിക്കുകയുള്ളൂ എന്നും ലീല ഉറയ്ക്കുമ്പോൾ മാധവി സസന്തോഷം അവളോടൊത്ത് വിന്ധ്യാവിയിലേയ്ക്കു ഇറങ്ങിപ്പുറപ്പെടുന്നു. സ്വാമിനീസേവ മതിയാക്കി അവൾക്ക് നഗരത്തിൽത്തന്നെ തുടരാമായിരുന്നു. ഒരുവിധത്തിൽ, വിഭ്രാമകമായ ഒരു മനോഭാവത്തോടെയാണ് ലീല വനഭൂമിയിലൂടെ മദനനെ അന്വേഷിച്ച് നടക്കുന്നത്. തന്റെ സഖിയുടെ ഉള്ളിലിരിപ്പുകളെയും അന്തർഗതങ്ങളെയും പൂർണ്ണമായി അവൾ അറി യുന്നു. അതിനുവേണ്ട ഒത്താശകൾ ചെയ്തുകൊടുക്കുകയും സാന്ത്വനവചസ്സുകൾ കൊണ്ട് ലീലയെ ആശ്വസിപ്പിക്കുകയുമാണ് അവൾ ചെയ്യുന്നത്.

ലീലയോടൊപ്പം സഞ്ചരിച്ച് മദനനെ കാണിച്ചു കൊടുക്കുന്നതും മാധവി തന്നെയാണ്. പിന്നീട് കവി കോർത്തിണക്കുന്നത് ഹൃദയസ്പർശിയായ ഒരു രംഗമാണ്. അതായത്, ലീലയുടെ കരവലയത്തിൽ നിന്നും മോചനം പ്രാപിച്ച് രേവാനദിയിൽ ചാടി മൃത്യുവരിക്കുന്ന മദനൻ, അയാളുടെ പുറകെ അതേ വഴിയിലൂടെത്തന്നെ നദിയിൽ ചാടിമറയുന്ന ലീല

അവളുടെ പുറകെ തോഴിയും അവർ കയറിയ കുന്നോളം ഓടിക്കയറുന്നു. തന്റെ സ്വാധീനത്തിന്നതീതമായി കാര്യങ്ങളൊക്കെ സംഭവിച്ചു എന്ന വസ്തുത മനസ്സിലാക്കുന്ന മാധവി പ്രജ്ഞയറ്റ് നിലംപതിയ്ക്കുന്നു.

മാധവിയുടെ ആർജ്ജിത വിജ്ഞാനവും ലോകപരിചയവും കൂടുതൽ കടുങ്കൈകളിൽ നിന്ന് അവളെ പൻതിരിക്കുന്നു. അവൾ സന്യാസവൃത്തി സ്വീകരിക്കുന്നു. ലോകസുഖങ്ങളെ സ്വയം വെടിയുന്നു. ചുരുക്കത്തിൽ ലീല യുടെ പ്രണയേതിഹാസകഥ പൂരിപ്പിക്കുന്ന അവസാനത്തെ കണ്ണി മാധ വിയാണ്.

മദനൻ: കുമാരനാശാന്റെ നായകന്മാർ നായികമാരെ അപേക്ഷിച്ച് മിഴിവ് കുറഞ്ഞവരാണെന്നൊരു വിമർശനം പരക്കെയുണ്ട്. തീവ്രഭാവങ്ങളെ കൈകാര്യം ചെയ്യുന്നതിൽ മിടുക്ക് കുറഞ്ഞുപോകുന്നു എന്നാണ് പരാ തി. 'ലീല'യിലെ നായകനായ മദനനും ഈ സാമാന്യവത്കരണത്തിന് ഒരപവാദമല്ല. ചെറുപ്പകാലം മുതലേ കളിച്ചുനടന്നവരാണല്ലോ ലീലയും മദനനും. തന്റെ മനസ്സ് ലീലയിൽ പ്രതിഷ്ഠിതമായിരുന്നു. ആ കാര്യത്തിൽ അദ്ദേഹം സ്ഥിരഹൃദയനുമായിരുന്നു. പക്ഷേ, പ്രതീക്ഷിക്കാത്ത സമ യത്തും വിനാഴികയിലുമാണ് ലീലയുടെ വിവാഹവാർത്ത അയാളറിയുന്ന ത്. ലീലയുടെ വിവാഹശേഷവും അവളിൽ അനുരക്തനായ മദനൻ തുടർന്നും അവിടെത്തന്നെ ജീവിച്ചു പോന്നാലുള്ള ഭവിഷത്ത് അദ്ദേഹത്തിന് ഊഹിക്കാമായിരുന്നു. ലീലയുടെ സ്വച്ഛജീവിതത്തിന് തന്റെ സാന്നിധ്യമോ ചിന്തപോലുമോ യാതൊരു വിഷമവും വരുത്തരുതെന്ന് അയാൾക്ക് നിർബ ന്ധമുണ്ടായിരുന്നു. എന്നുകരുതി കഠിനമായ സാഹസവൃത്തികൾക്കൊന്നും അയാൾ തയ്യാറല്ല. ഉദാരമനസ്കനായ അയാൾ തന്റെ ഭവനവും ആ അയൽവീടും ഉപേക്ഷിച്ച് വിന്ധ്യാനിരകളിലെ സാന്ദ്രവനഭൂമികളിലേക്ക് ഏകനായി മാറിക്കളയുകയാണ് ചെയ്തത്.

ആ വനപ്രദേശത്ത് ഏകാന്തതയിൽ കഴിച്ചുകൂട്ടിയ നാളുകൾ അയാളെ ഒരുവിധത്തിൽ വിഭ്രാന്തനാക്കുകയാണ് ചെയ്തത്. ഇങ്ങനെയുള്ള ഘട്ട ത്തിൽ ലീലയ്ക്കു പകരം മറ്റൊരു സ്ത്രീയെ തന്റെ ഉള്ളിൽ അധിരോ ഹണം ചെയ്യുന്നതിനെപ്പറ്റി അയാൾക്ക് ഊഹിക്കാൻ പോലും കഴിയുമാ യിരുന്നില്ല. അത്രമാത്രം ശിഥിലമോ, ഉപരിപ്ലവമോ ആയിരുന്നില്ല അയാ ളുടെ അനുരാഗം.

അരാവലി പർവതശൃംഗങ്ങളിലെ ഘോരവനങ്ങളിലൂടെ 'ലീല', 'ലീല' എന്നു വിളിച്ച് അലഞ്ഞുതിരിയുകയാണ് ചെയ്യുന്നത്. രണ്ട് വർഷത്തെ ഈ കടുത്ത വിജനത അയാളെ മനുഷ്യസഹവാസം കാംക്ഷിക്കാത്ത ഒരു മന സ്സുള്ളവനാക്കിത്തീർത്തു. സത്യത്തിൽ മനുഷ്യസഹവാസത്തെ അയാൾ വെറുത്തു. പക്ഷിമൃഗാദികളുടെ വന്യമായ ഇണക്കത്തെ അയാൾ കൂടു

തൽ ഇഷ്ടപ്പെട്ടു. മദനന്റെ രൂപവും ഭാവവും കണ്ടിട്ട് വനവേടത്തിമാർ കൂടി സഹതപിച്ചു. കണ്ടാലറിയാത്തവണ്ണം അയാൾ ക്ഷീണിതനായി സർവസംഗപരിത്യാഗിയായ ഒരു യോഗിയെപ്പോലെ ആയിത്തീർന്നു.

പക്ഷേ, ഈ വക വർണ്ണങ്ങൾക്കൊന്നും ലീലയെ പിൻതിരിപ്പിക്കാൻ ശേഷിയുണ്ടായിരുന്നില്ല. പ്രകടമായ കുറ്റബോധച്ചുഴിയിൽ നീറിയിട്ടെന്നവണ്ണമാണവൾ അദ്ദേഹത്തെ തേടിയെത്തിയത്. അതീവ ലാവണ്യവതിയായ തന്നെ നിശ്ചയമായും മദനൻ കൈക്കൊള്ളും എന്ന് ലീലയ്ക്കറിയാമായിരുന്നു. വനത്തിലെ സമാഗമവേളയിൽ അപ്രകാരം സംഭവിക്കുകയും ചെയ്തു. പക്ഷേ, അതിഭൗതികമായ ഒരു നിലവാരത്തിലേക്ക് മദനന്റെ അനുരാഗം ഉദാത്തീകരിച്ചു എന്ന് തോന്നുമാറ്, കേവലം ഒരു ചുംബ നത്തിനു ശേഷം അയാൾ പിൻവാങ്ങുകയാണ്. സൂക്ഷ്മമായി വിലയിരുത്തിയാൽ വ്യക്തമാകുന്നത് മാംസനിബദ്ധമായ രാഗത്തിലല്ല മദനൻ കാംക്ഷിച്ചത് എന്നാണ്. മറിച്ച് അയാളുടെ രാഗം മാംസനിബദ്ധം തന്നെയായിരുന്നു. പക്ഷേ തനിക്കുള്ള അയോഗ്യതയെപ്പറ്റി അതിർകടന്ന ബോധമാണയാളെ ആത്മക്കൊലയിലേക്ക് നയിച്ചത്. മരണത്തിലെങ്കിലും ആ പ്രണയികൾ ബദ്ധാനുരാഗത്തിൽ നിലീനരായി.

ചുരുക്കത്തിൽ നിസ്വാർത്ഥപ്രണയത്തിന്റെ അത്യുജ്ജ്വല മാതൃകയായിട്ടാണ് മദനന്റെ ചിത്രീകരണം ഈ കാവ്യത്തിൽ ആശാൻ നടത്തിയിട്ടുള്ളത്.

ഒന്നാം സർഗം

"പ്രണയപരവശേ, ശുഭം നിന-
ക്കുണരുക, ഉണ്ടൊരു ദിക്കിൽ നിൻ പ്രിയൻ
ഗുണവതി, നെടുമോഹനിദ്രവി-
ട്ടുണരുക, ഞാൻ സഖി, നിന്റെ മാധവി." 1

സരളമധുരമീവിധം വച-
സ്സൊരു വിധി വാട്ടിയ കർണ്ണവീഥിയിൽ,
വിരവിനൊടു പതിച്ചു, പിച്ചിമേൽ
വിരളനവാംബുദബിന്ദുവെന്നപോൽ. 2

ഉദയപുരമതിന്നുപാന്തമായ്
വിദിതമഹീധരസാനുഭൂമിയിൽ
സദനസുമവനത്തിലൊന്നിലുൻ-
മദമരുളും മധുമാസരാത്രിയിൽ. 3

വിലസി നറുനിലാവെഴും ലതാ-
വലയമിയന്ന നിലത്തൊരോമലാൾ
വിലയവിവശമേനി, വീണ പൂ-
ങ്കലയതുപോലെ കിടന്നിതേകയായ്. (യുഗ്മകം) 4

ക്ഷിതിയിലഹഹ! മർത്ത്യജീവിതം
പ്രതിജനഭിന്നവിചിത്രമാർഗ്ഗമാം
പ്രതിനവരസമാമതോർക്കുകിൽ
കൃതികൾ മനുഷ്യകഥാനുഗായികൾ. 5

മരുവിയവിടെ മുമ്പു, ദൂരമാം-
മരുവിലകന്ന മഹാപണങ്ങളിൽ,

പെരുവഴി തുണചേർന്നു പോകുവോ-
രൊരുവകയാളുകൾ വൈശ്യവൃത്തികൾ. 6

അവരുടെ കുലനാഥനുണ്ടൊരാ-
ളുവനിയിൽ വിശ്രുത 'നർത്ഥപാലകൻ'
അവനു തനയയായ് ജനിച്ചുപോ-
ലവികലമാനുഷരൂപമാധുരി. 7

ഭവനമണിവിളക്കു, സദ്ഗുണ-
പ്രവണതയാർന്നു വളർന്നു നന്ദിനി,
അവനു മമതകൊണ്ടു തുല്യമാ-
യവളുമസുക്കൾ വസുക്കൾതാനുമേ. 8

കല, നിശിതകുശാഗ്രബുദ്ധിയാൾ
പലതു പഠിച്ചിതു ശക്തിപോലെയും,
വലിയ ധനികനാം പിതാവുതൻ-
നിലയിൽ വിചക്ഷണലബ്ധിപോലെയും. 9

സകുതുകമഥ മത്സരിച്ചുതാൻ
മികവൊടണിഞ്ഞിതു ശൈശവംമുതൽ
പ്രകൃതിയവളെയംഗകാന്തിയാൽ,
സുകൃതി പിതാവു വിഭൂഷണങ്ങളാൽ. 10

ലലിതലലിതമാർന്നു യൗവനം
കുലസുത 'ലീല'-അതാണവൾക്കു പേർ;
ലലനകളുടെ ഭാഗ്യയന്ത്രമാ-
നിലയിൽ മനസ്സു തിരിഞ്ഞപോലെ പോം. 11

മകളോടുമൊരുമിച്ചു യാത്രയാ-
യകലെയൊരിക്കൽ വണിഗ്വരൻ, തദാ
സകുതുകമവൾ കണ്ടു വർത്തക
പ്രകരമടുപ്പതു താവളങ്ങളിൽ. 12

കൊടിയ വെയിലുമുഗ്രവായുവും

പൊടിയുമിടഞ്ഞു മഹാമരുക്കളിൽ,
കടലിൽ ബഹുചരക്കുകളുമായ്
പടവുകൾപോൽ വരുമൊട്ടകങ്ങളും. 13

പടകുടികൾ വെടിഞ്ഞു കുന്നുതൻ-
കൊടുമുടിവിട്ട വലാഹകങ്ങൾപോൽ,
നെടുവഴികളിൽ നീണ്ട വാഹന
പ്പടയൊരു പോമുരുസാർത്ഥവാഹരും. 14

പല ജനത, പലേ നിബന്ധനം
പല നഗരം പല വേഷഭാഷകൾ
പലതുമിതുകണക്കണഞ്ഞു ക-
ണ്ടലമവൾ മോദവുമാർന്നു ബോധവും. (വിശേഷകം) 15

വിഭവമതുകണക്കെ വിദ്യ, യീ-
സുഭഗത, ശോഭനയൗവനാഗമം,
ശുഭഗുണയിവയിൽ ചരിക്കയാ-
യഭിമതവാപിയിൽ മുഗ്ധഹംസിപോൽ. 16

കരുതരുതുരുഭൂതി കാൺകിലും
സ്ഥിരശുഭയാണിഹ ലീലയെന്നു നാം,
പരമരുചിരമാമഹർമ്മുഖം
ചരമധരോപരി കാറു നിൽക്കവേ. 17

ശരി, ഹതവിധിയായ മേഘമാർ-
ന്നിരുളു പരന്നിത, ലോകയാത്രയിൽ,
മുറുകി വലിയ കോളു, കന്യയാം
ചെറുകളിവഞ്ചി കുടുങ്ങിയാടലിൽ. 18

വിജയപുരനിവാസി, വർത്തക-
വ്രജപതി, യാവഴി പോന്നുവന്നൊരാൾ
സ്വജനമൊടു വരിച്ചു ലീലയേ
നിജസുതനായി വധൂകരിക്കുവാൻ. 19

കമനനഥ മകൾക്കവൻ യുവാ
സമധനവംശനിണങ്ങുമെന്നുതാൻ
മമതയൊടുമുറച്ചു ചെയ്തുപോയ്
സമയവുമങ്ങനെയർത്ഥപാലകൻ. 20

അവിഹിതമിഹ രക്ഷ്യരോടൊരാൾ-
ക്കവികലമാം പ്രഭുഭാവം, അല്ലതും
യുവജനഹൃദയം സ്വതന്ത്രമാ-
ണവരുടെ കാമ്യപരിഗ്രഹേച്ഛയിൽ. 21

‘മദന’നിതി പുകഴ്ന്നു, മാധുരീ-
സദനമതായ സഖാ, ഗുണോത്തരൻ
സദനനികടവർത്തിയുണ്ടൊരാൾ
ഹൃദയമവന്നവൾ നല്കി മുന്നമേ. 22

ദുഹിതൃപരിണയോത്സവം യഥാ-
വിഹിതമൊരുക്കി വഴിക്കു വർത്തകൻ
അഹഹ! പിതൃനിയോഗഖിന്ന, ദു-
സ്സഹമഴലപ്പൊഴറിഞ്ഞു ബാലിക. 23

പഴകിയ തരുവല്ലി മാറ്റിടാം
പുഴയൊഴുകും വഴി വേറെയാക്കിടാം
കഴിയുമവ-മനസ്വിമാർമന-
സ്സൊഴിവതശക്യമൊരാളിലൂന്നിയാൽ. 24

ഗുരുജനവചനം, കുലക്രമം,
തരുണികൾ തന്നുടെയസ്വതന്ത്രത,
കരുതിയിവ മറച്ചു കാമിതം,
കരുമനപൂണ്ടിവൾ കാട്ടി ലൗകികം. 25

വിനയവതിയുഴിഞ്ഞു വിട്ടിടാം
ജനകഹിതത്തിനുതന്നെ തൻഹിതം,
അനഘനവനനന്യരാഗനാ-
യനുകനെയെങ്ങനെയാഴ്ത്തുമാർത്തിയിൽ? 26

കദനമതൊഴിയാതെ കഷ്ടമീ
മദനഗതാശയ മാഴ്കി,-നിഷ്ഫലം
വിദയനിയതി, ദുസ്തരൗഘ,-യാ
നദിയെയെതിർത്തൊരു ജന്തു നീന്തുമോ? 27

സ്ഫുടമഥ വകതെറ്റിയേറ്റുമ-
ക്കൊടിയിയലും ധ്വജകോടിയെന്നപോൽ
ഒടുവിലവൾ വിവാഹമംഗളം
തടവി ഗളത്തിലനിഷ്ടദർശനം. 28

സുതയിലകമലിഞ്ഞു തൽപതി-
ക്കതിഗുണിതം ധനമേകിപോൽ ധനി,
നദിവഴിയുദധിക്കുമേകുമി-
ങ്ങുദകസമൃദ്ധി ഘനാഢ്യനാം ഗിരി. 29

പ്രണയിയൊടു പിരിഞ്ഞു നാഥനോ-
ടണവതിനാക്കുമവൾക്കെഴുന്നഴൽ,
ഇണയെയകലെ വിട്ടു ദൂരെ നിർ-
ഘൃണമിഹ വിറ്റ കപോതി ചൊല്കിലാം. 30

ഘനരുജയൊടു യാത്രകൂട്ടുമ-
ജ്ജനകവിയോഗമറിഞ്ഞതില്ലവൾ
മനമഭിഹതമസ്തരാഗമാം,
സ്വനമിയലില്ല തകർന്ന വീണയിൽ. 31

സുതയുടെ മുഖമാധികർശിതം
ഗതനഥ ഖേദമൊടോർത്തു വർത്തകൻ
അതു നിജവിരഹാർത്തിമൂലമെ-
ന്നഥ കരുതീട്ടവനാശ്വസിക്കയായ്. 32

വരസുഖവിഭവങ്ങൾ മേല്ക്കുമേൽ
വരനരുളുന്നതവൾക്കു ദുഃഖമായ്
നരഹൃദയമതിന്നു ഭാവനാ-
പരികരമെങ്ങനെ ഭോഗമങ്ങനെ. 33

പതി പിതൃകൃതനോർക്കിൽ യോജ്യനാം,
കൃതമതിയാമവൾ-എന്തഹോ ഫലം!
ക്ഷിതിയിലൊരു പുമാന്റെയെന്നിയേ
സതികൾ പരന്റെ ഗുണങ്ങൾ കാണുമോ? 34

ഘടന, പതി വിലാസി ചെയ്കിലും
പിടമൃഗനേത്ര കൃപാർദ്രയാകിലും
സ്ഫുടമകമലിയാതെ മേവിനാൾ
തടശിലപോലെ തരംഗലീലയിൽ. 35

ദിനവുമിതുകണക്കെ മാസവും
പുനരഥ പോയതിദീർഘമബ്ദവും
ഗുണവതിയവൾ നിന്നു നിഷ്ഠയിൽ
പ്രണയജമാമഴലെത്തി കാഷ്ഠയിൽ. 36

‘പിണയുമിനി വിപ,ത്തശക്തയീ
പ്രണയിനി’യെന്നഥ ഹന്ത! കാട്ടിനാൻ
ക്ഷണമകരുണമന്യവൈഭവം
ഗുണപരിണാമപരീക്ഷകൻ വിധി. 37

അവളുടെ ശയനീയശായിയാ-
മവനൊരുഷസ്സിലുണർന്നിടാതെയായ്;
യുവതയെവിടെ?-ജന്തുവിന്നു ഹാ!
വിവൃതകവാടയനാരതം മൃതി. 38

അയി സുഭഗ! വെടിഞ്ഞു ഭൂമി നീ
പ്രിയയുടെ രാഗമറിഞ്ഞതില്ലെടോ,
നിയതിഹതനിതോർക്കുകിൽ ഭവാൻ
സ്വയമഭിമാനകൃതാർത്ഥനെങ്കിലും. 39

ഒടുവിലഹഹ! ബന്ധുരോദനം
നടുവിലശങ്കമവന്റെയായുടൽ
ചടുലശിഖയിൽ നിർദ്ദയോദ്യമൻ

ഝടിതി ദഹിച്ചു ചിതാഹുതാശനൻ. 40

വിവിധ ഹൃദയവൃത്തിവിദ്ധയായ്
വിവശതയാർന്ന വിതന്തുവാമവൾ
മൃഗയുവതി കിരാതമുക്തയായ്
വൃകനിരതൻവഴി ചെന്നുവീണപോൽ. 41

'പതിയെയനുമരിച്ചു പുണ്യവും
സതികൾ പെറുന്നു സമഞ്ജസൗഖ്യവും
വിധവ വിദയ വക്രശീലയീ-
വിധമിഹ വാഴുകയായി പാപ ഞാൻ. 42

പലരിനിയശുഭങ്ങളോർത്തിടാം
പലരപവാദശരങ്ങൾ തൂകിടാം
ഹതയിവളിൽ-അഹോ! ഗുണത്തിനാം
പതി വനിതയ്ക്കനഭീഷ്ടനെങ്കിലും. 43

പരമരിയ കിനാവിലെപ്ഫലം
പറക, മനഃഖഗ, നീ ഭുജിക്കുമോ?
ഉരുരസമതു നോക്കിയേതിൽ നീ
മരുവിയിതാക്കനി വീണുപോയിതേ!" 44

ഇതി പലവിധമോർത്തുഴന്നു തൻ
മതി, യവളന്നുരുപീഡ തേടിനാൾ,
എതിരിടുമഴൽ താങ്ങുമാരു, മാർക്ക-
തിരുജ ഭാവിഭയങ്ങൾ നൽകിടാ? 45

ഇളകിലുമിതു, പോലവൾക്കുടൻ
ഗളിതഭയം മദനോന്മുഖം മനം,
കള ഝടിതി പറിച്ചു ഖിന്നമാം
മുളയതുപോലെ മുതിർന്നു പൊങ്ങുവാൻ. 46

വിനയവിഹിതദുഃഖവൈശ്യയീ-
യനുകനു മാനസപത്നി മുന്നമേ,

പുനരവരിലനിന്ദ്യമംഗനാ-
ജനമതിനന്നു പുനർവിവാഹവും. 47

വിശസനമതിൽ വാടി വാണിടും
ശ്വശുരരെ വിട്ടവൾ വല്ലവാറുമേ,
മദനനരികിൽ വാണു രമ്യമാ-
'മുദയപുരി'ക്കു മടങ്ങി യാത്രയായ്. 48

പരിജനമൊടു തണ്ടിലേറി വൻ-
പെരുവഴിതള്ളിയഖേദമുത്സുക,
ഒരു വഴിയെയൊഴുക്കു കാറ്റുമായ്
ത്വരയൊടു പോം ചെറുതോണിപോലിവൾ. 49

പരിസരമതിലെത്തി ലക്ഷ്യമായ്
ചിരവിധുരം പിതൃസൗധമെങ്കിലും
ഉഴറിയുടനവൾക്കു തൃഷ്ണയാൽ
മിഴി മദനാകൃതി മുമ്പു കാണുവാൻ. 50

പുനരുരുദമമാർന്നടുക്കുമ-
ഗ്ഗുണവതി ശൈശവഭാവനീതയായ്
ജനകജനനിമാരെയോർത്തു കാൽ-
ക്ഷണമിടരാർന്നിതു കുട്ടിപോലവൾ. 51

"ചിരവിരഹിതരെന്നെയിന്നു ഹാ!
വിരവൊടു കണ്ടിടുമച്ഛനമ്മമാർ,
ചൊരിയുമുടനെയശ്രുഹൃഷ്ടരായ്
ചരിതമറിഞ്ഞഥ ഖിന്നരായുമേ! 52

ബത! ബഹുതരഭാഗ്യമഗ്നയാം
സുത! ഹതദൈവ, യിവണ്ണമായിതേ!
ഹിതജനക, ഭവാനെ ഹേതുവായ്
സ്ഥിതിയിതിനോർപ്പതു, മോർത്തുമില്ലിവൾ. 53

തരുണിയുടെ ബലം വിശുദ്ധി, വേ-

റൊരു പൊരുളല്ല ബലയ്ക്കതേ ബലം,
പരമതിനിഹ ഭംഗമേകുവാൻ
കരുതിയൊരെൻ വിധിയെത്ര ഘോരനാം! 55

അകതളിരെയറുപ്പു ഹന്ത! ധീ-
വികലതയേകി വിലപ്പുവെത്രതാൻ,
അകരുണമനവദ്യലോകരെ-
പ്പകയൊടു കൊൽവു പിശാചവൃത്തി നീ!" 56

പലതിതി ഭയശോകരാഗസം-
കുലമുഴറിക്കമെനിക്കു തൽക്ഷണം;
ചലഹൃദയമിയന്നു ചിത്രമാം
ജലധരകാലദിനാന്തലക്ഷണം. 57

അഥ ശിബികയിറക്കി വാതിലിൽ,
ദ്രുതമവൾ നോക്കി ഗൃഹം ഗതോത്സവം
വ്യഥതടവി-യകത്തുനിന്നുടൻ
ഭൃതകരണഞ്ഞു-പിതാക്കളെല്ലഹോ! 58

പരിജനമുരചെയ്തു; തൽപിതാ
ധരണി വെടിഞ്ഞൊരുമാസമായതും,
പെരുകുമഴൽ കെടാൻ ചിതാഗ്നിയാം
സരസിയിൽ മുങ്ങി ജനിത്രി പോയതും. 59

പരമിവളഴലാർന്നതോതുവാ-
നരുതഥവാ-ദൃഢരാഗബന്ധമേ,
പരഭയമതിൽനിന്നു ജീവിതം
കരയണയിക്കുമദൃശ്യബന്ധുനീ! 60

അവികലമഥ തന്നധീനമാ-
യവധി വെടിഞ്ഞ പിതൃസ്വമെങ്കിലും;
അവിടെ വിലമതിച്ചതൊന്നുതാ-
നവളതു തന്റെ സഖീസമാഗമം. 61

ചിരവിരഹമകന്നു തോഴിയാൾ
പരമഥ മോദമിയന്നുവെങ്കിലും,
വിരവൊടു പറയേണ്ടിവന്നു ഹാ!
വിരസതരം മദനന്റെ വാർത്തതാൻ. 62

പ്രതിഹതികളകന്നഭീഷ്ടനാം
പതിയുടെ വേഴ്ചയിലാശ തേടവേ
ചതുരയിവളൊഴിഞ്ഞു ചൊല്ലുവാൻ
മുതിരുവതാരതു 'ലീല'യോടഹോ! 63

അപഥമതിലവൻ നടന്നതി-
ല്ലപരയെയോർത്തതുമില്ല നാരിയായ്
അപകൃതനവളോടു വൈരമി-
ല്ലപചയമാർന്നതുമില്ല സൗഹൃദം. 64

അരിയ മകളെ വിട്ടു വർത്തകൻ
തിരിയെ നിജാലയമെത്തിയോരുനാൾ
ചരിതമവനറിഞ്ഞു, പിന്നെയാ-
പ്പുരിയവനെബ്ഭത കണ്ടതില്ലപോൽ! 65

ചെറുതു വികലബുദ്ധിപോലവൻ
തിരിയുവതന്നു സഖാക്കൾ കണ്ടുപോൽ
ഒരു കഥയുമതിന്നുശേഷമി-
ങ്ങറിവതുമില്ലൊരു തുമ്പുമില്ലപോൽ. 66

വിധുരതയൊടു നീ തിരഞ്ഞൊരാ
നിധിയിത ഹാ! സതി, ശൂന്യഭാണ്ഡമായ്
ധൃതിതടവുക, യാർന്നിടാം ശുഭേ,
ച്യുതിയിഹ ചുണ്ടിലണഞ്ഞ പേയവും. 67

ഇടരിനവധിയെത്തുവാനഹോ
തുടരുകയായ് സ്ഥിരശീല പിന്നെയും
ഇടയിലിഹ മഹാനിപാതയാം
തടിനികണക്കെ തകർന്ന ജീവിതം. 68

പ്രിയതമനിലഥ പ്രവൃദ്ധമായ്
പ്രിയതയവൾക്കകതാരിലഞ്ജസാ
സ്വയമവനിവൾമൂലമല്ലി ഹാ!
നിയതമകന്നു ജനാവലോകനം. 69

പ്രണയി, നിയതരാഗപാത്രമാം
പ്രണയിനിയാൾക്കപരാധിയെങ്കിലും;
ഗുണനിധിയിവനോടവൾക്കെഴും
ഗണനയതോർക്കുകിലെത്രയേറണം? 70

അവിരളമഥ പെയ്തു കണ്ണുനീ-
രവൾ, കുലനായിക, പോക്കിനാളുകൾ,
അവിഹിതത മറച്ചുനിന്നു ഹാ!
യവനികപോൽ പിതൃശോകസംഗതി. 71

പ്രഥിതരഥ യുവാക്കളെത്തിപോൽ
സ്ഥിതിയറിയാതെ മനം ഹരിക്കുവാൻ
വ്യഥിത, യുഡുഗണങ്ങൾ ചൂഴിലും
ഗതവിധുവാം നിശപോലെ വാണിവൾ. 72

കൊതിയസുലഭവസ്തുവിങ്കലായ്
മതികെടുമാറിനി മാഴ്കുമെത്രനാൾ
വിദുഷിയിവൾ-അഹോ! നിനയ്ക്കുകിൽ
ഹൃദയികളിങ്ങനെതന്നെ ധന്യരാം. 73

വിലയെഴുമനുരാഗമത്തലാൽ
തുലയുവതല്ല, മറിച്ചു, മേൽക്കുമേൽ
വിലസിടു, മടിയേറ്റ വെള്ളിപോ-
ലുലയതിലൂതിയ പൊന്നുപോലെയും. 74

വാടിപ്പെൺകൊടിയനുവാസരം വലഞ്ഞാ-
ളേവം, തൽപ്രിയനെ വിദഗ്ധയിഷ്ടതോഴി
തേടിപ്പോയ്, ശ്രുതിയുടെ ദൂരലീനമാകും

ഭാവത്തെ പ്രണിഹിതയായ ബുദ്ധിപോലെ. 75

ഒരാണ്ടവൾ തിരഞ്ഞു കണ്ടൊടാടുവി-
ലേകയായ് രാത്രിയിൽ
സ്ഥിരാശ്രുതയൊരാബ്ദികീസുതിഥി-
പോലെ പോന്നെത്തിനാൾ;
ചിരാർദ്ദിത ശയിച്ചു ചന്ദ്രികയി-
ലോർക്കുവിൻ 'ലീല'-യാ
വരാംഗിയൊടണഞ്ഞു വാങ്മധു പൊ-
ഴിഞ്ഞതിത്തോഴിതാൻ. 76

രണ്ടാം സർഗം

മൊഴികേട്ടിമവെട്ടി വീർത്തുടൻ
മിഴി ചാച്ചമ്പൊടു നോക്കി തോഴിയേ,
അഴൽനീക്കുമുഷസ്സെയാർത്തിയാ-
ലുഴലും പദ്മിനിപോലെ, സുന്ദരി. 1

സമഭിജ്ഞ കലർന്നു വിസ്മൃത-
ക്ലമ, കൈത്താരുകൾ പൊക്കിയോമലാൾ
സമസൗഹൃദ, താങ്ങിയംഗമു-
ന്നമനോൽക്കം തഴുകീടിനാൾ സഖി. 2

നിമിഷം സ്ഥിതി നോക്കിനിന്നു, സം-
ക്രമിതസ്നേഹ, മൊഴുക്കുലയ്ക്കയാൽ
കമലങ്ങൾകണക്കെ തങ്ങളിൽ
കമനീയാസ്യകളാഞ്ഞുപുല്കിനാർ. 3

"പ്രിയനെങ്ങു സഖീ?യനാമയ-
ക്ഷയമില്ലല്ലിയവന്നു? ചൊല്ലു നീ;
പ്രിയവാദിനി, നിന്നൊടാ ചിര-
പ്രയതൻ പോന്നുവരാഞ്ഞതെന്തവൻ?" 4

പ്രണയാതുരയേവമന്തരാ
തുണയാം തോഴിയെ നോക്കിയോതിനാൾ;
ക്ഷണമാ സുകുമാരിമേലെഴും
മണലിൻപാടു തലോടി നിന്നവൾ. 5

"പറകെൻ പ്രിയതോഴി"യെന്നഹോ!
മുറയായാളുടെനല്പഭാഷിണി

"പറയാം സഖി"യെന്നുരച്ചു പുൽ-
ത്തറയിൽ താങ്ങിയിരുത്തി മാധവി. 6
ഉര ചെയ്തു: "പൊറുക്ക, സംഭവം
വരുമെൻ തോഴിയതാതുതൻവഴി,
പരിണാമിമനുഷ്യജീവിതം
സ്ഥിരമാം സ്നേഹമനാഥമൂഴിയിൽ 7

അറികില്ലനുരാഗമേറെയാ-
ളറിവോർ തെറ്റിടു, മൊക്കെയൊക്കുകിൽ
നിറവേറുകയില്ല കാമിതം,
കുറയും ഹാ! സഖീ, ഭാഗ്യശാലികൾ. 8

പ്രിയതോഴി! യിതോർക്കുമിന്നു നിൻ-
പ്രിയനസ്വസ്ഥനതോർത്തുമൊക്കെ നാം
ഭയമെന്നു നിനയ്ക്ക ഭാവി, നിർഭ-
യമെന്നാലതു ഭാഗ്യമെന്നുമേ. 9

സഖി ചൊൽവതിനുള്ളിലാ പ്രിയോന്മുഖി
ചോദിച്ചതു പാരമാർത്തിയാൽ:
"അയി തോഴിയസൗഖ്യമെന്തഹോ!
ദയിതന്നെന്തു തടസ്ഥയായി നീ? 10

നരനേതു വിപത്തുതാൻ വരി-
ല്ലുരചെയ്തീടുകയജ്ഞയല്ല ഞാൻ,
പരമാ മുഖമൊന്നു കാണുവാൻ
ത്വരയുള്ളിൽ-തരമാകുമോ സഖീ? 11

ഇതുകേട്ടനുകമ്പയേറി നി-
ഷ്കുതുകം വാർത്ത തുടർന്നു തോഴിയാൾ,
സ്ഥിതിയോർത്തു വിഡംബനാർത്ഥമായ്
കൃതി കൈക്കൊൾവു ചിലപ്പൊഴേവരും. 12

"മരുഭൂക്കളിനൊക്കെയപ്പുറ-
ത്തുരുദൂരത്തുപദക്ഷിണാപഥം

ഉരസുന്നു നഭസ്സെ 'വിന്ധ്യ'നാം
പുരുമേഘാംബരഡംബരൻ ഗിരി. 13

പരിണാഹമെഴും മഹാവനം
ഹരിതാഭം തടവുന്നു സാനുമാൻ
പരപാർശ്വമതിൽ ചരിപ്പു സ-
സ്വര 'രേവാ'നദി സാഗരോന്മുഖി. 14

അവിളംബമണഞ്ഞുകണ്ടു ഞാ-
നവിടെസ്സോദരി, നിന്റെ കാന്തനെ;
അവനെന്നറിയില്ല, ദുഃസ്ഥനാ-
ണവനത്തിന്നു വനത്തിലില്ലൊരാൾ. 15

തനിയേയഴൽപൂണ്ടു-തോന്നിടും
കനിവാർക്കും-കൃശഗാത്രനായവൻ
വനവഹ്നി തകർത്ത ശൈലമൊ-
ത്തനവദ്യാകൃതിയസ്ഥിശേഷനായ്. 16

മൃഗപക്ഷികളോടു ചേർന്നുടൻ
ഭൃഗുവിൽ പ്രേതസമം നടന്നിടും
അകലത്തിലുമാളു കാൺകിലാ
വികലാത്മാവിടുമപ്പൊഴസ്ഥലം. 17

അതുകൊണ്ടഫലപ്രയാസയാ-
യതുലസ്നേഹനിധേ, മടങ്ങിനേൻ,
കൃതകൃത്യതയെങ്ങസാധ്യമാം
കൃതിയിൽ-കേട്ടിതു പിന്നെ വാർത്ത ഞാൻ. 18

പല ജന്തുപരീതനാമവൻ-
നിലകണ്ടാർദ്രതയാൽ സനാഥകൾ,
മലവേട്ട വെടിഞ്ഞു ദൂരവേ
വിലപിപ്പൂ സഖി, വേടനാരിമാർ. 19

അവരോതിയശേഷമോമലേ,

വിവരം കാനനപക്കണസ്ഥകൾ
പുരവാസികൾതന്നനാർജ്ജവം
തിരിയാത്തോരതിശുദ്ധശീലകൾ. 20

ഇവർ കണ്ടൊരു രണ്ടുകൊല്ലമാം,
സവിധത്തിൽ സഖി,യെന്നു സുന്ദരൻ,
അവശൻ ബത! 'ലീല' 'ലീല'യെ-
ന്നവിടെപ്പാടിനടന്നുപോലവൻ." 21

ഇതുകേട്ടകതാർ ഞടുങ്ങിയുൽ-
സ്രുതമായശ്രു കവിൾത്തടങ്ങളിൽ
വിതതേക്ഷണയാൾക്കു; വിസ്ഫുരി-
ച്ചതു, കണ്ടാൾ സഖി വെണ്ണിലാവതിൽ. 22

ഇടറുന്നിതു കണ്ഠമസ്സഖി-
ക്കുടനാ ശിക്ഷിതചിത്തമാരഹോ!
തുടരുന്നിതുചൊൽക, കേൾക്കയും
സ്ഫുടമന്യോന്യമറിഞ്ഞുമാർത്തികൾ. 23

"പ്രിയവല്ലഭയെപ്പിരിഞ്ഞു, ഹാ!
ദയനീയൻ തിരിയുന്നു"വെന്നുതാൻ
നിയതം കരുതീ കിരാതിമാർ;
സ്വയമോരും സഖി, സത്യമാരുമേ. 24

പലരീ കഥ മൂളുവോർ, കൃതി,-
ച്ചലിവോടും സ്ഥിരരാഗലോലകൾ
മലയത്തിക; ളേതുജാതിയും
കലരും പ്രാകൃതചിന്തയൊന്നുതാൻ. 25

പരമത്ഭുതമെന്തു നിൻപ്രിയൻ
ചരലോകത്തെ വശീകരിക്കുകിൽ
ഒരു യോഗിയിവണ്ണമൻപെഴാ,
നരരോടും സഖി, ദേവരോടുമേ. 26

അനുരാഗമതാണവങ്കലാർ-
ന്നവശം വിട്ടു നിസർഗ്ഗചേഷ്ടകൾ,
വനസത്ത്വകുലങ്ങൾ ചൂഴ്വതി-
ന്നവനെ, പ്പൂവിനെ മക്ഷികാളിപോൽ. 27

അഥവാ-മൃതകല്പനിപ്പൊഴൊ
പ്രഥമാനപ്രണയാർത്ത; നോർക്കുകിൽ
കഥയും, സുകുമാരി, പിന്നെ, നിൻ-
വ്യഥയും നീട്ടുവതെന്തിനിന്നു ഞാൻ? 28

സ്ഥിരമാത്മനിബന്ധനം സുഖം,
പരതന്ത്രം സുഖമൊക്കെ ദുഃഖമാം
പരമാർത്ഥമുരപ്പു തോഴി ഞാൻ,
കരുതീടൊല്ല കഠോരയെന്നു നീ. 29

നിലനിൽക്കുവതെത്രകാലമു-
ജ്ജ്വലമാമീപ്രണയോഷ്ണരശ്മിയിൽ
വിലയോന്മുഖമായ തിങ്കളിൻ-
കലപോൽ ഹാ! സഖി തേഞ്ഞുതേഞ്ഞവൻ. 30

കൃശമാക്കൊല കേണു ജീവിതം,
കുശലേ, നിൻ കുശലം നിനയ്ക്ക നീ;
ശിശിരാർദ്രിതമാ ദലം സഖീ
ഭൃശമിത്തെന്നലിൽ വീണടിഞ്ഞുപോം. 31

കഥയിങ്ങനെ, പിന്നെയുത്തമം
വിധുരേ, നീയിതു വിസ്മരിക്കയാം;
അഥവാ-ചിലകാലമാസ്ഥയാൽ
മധുരസ്വപ്നസമം സ്മരിക്കയാം. 32

അനപത്യമതാം കുലത്തിനും
മനമെത്താത്ത മഹാധനത്തിനും
കനിയും സ്വജനത്തിനും സഖീ-
യിനിയിങ്ങോർക്കണെ, മേകനാഥ നീ. 33

അതു നിൽക്കുക, ഭാഗ്യവാനവ-
ന്നിതുതാനെന്തൊരു ചാരിതാർത്ഥ്യമാം;
അതിലോകമനോഹരാംഗി, നിൻ-
മതി തൽപ്രേമവിധേയമായിതേ! 34

നിരുപിക്കുക നീ വരിപ്പൊരാ-
പ്പുരുഷൻ വൈകൃതമേലിലെന്തതിൽ?
അരുളും ഭ്രമമൊന്നു കാൺകിൽ നിൻ-
തിരുമെയ് സുന്ദരി, നാരിമാർക്കുമേ. 35

അതിനാൽ സഖി എന്നു ചൊല്ലവേ
ശ്രുതി രണ്ടും ബത! പൊത്തിയാതുര,
"മതി, കാന്തഗുണാവമാനിനി,
മതി"യെന്നാശു തടുത്തിതോതിനാൾ: 36

"അയി, ചാരുതരാന്തരംഗ, നെൻ
ദയിതൻ ദേവസമൻ, മഹാമതി
സ്വയമോർപ്പവനല്ല തോഴി, മൃൺ-
മയമീ ഭംഗുരഭംഗിയാമുടൽ. 37

രതി നിത്യമൊരാൾക്കൊരാളിലായ്
സ്ഥിതിചെയ്കിൽ സഖി, പെണ്ണിനാണിനും
അതിലും-വലുതില്ലഹോ! വ്രതം,
ധൃതിമാ, നെന്തൊരു ധന്യനെൻ പ്രിയൻ! 38

അവനെ പ്രണയൈകവൃത്തിയാൽ
കവളിപ്പിച്ചു നൃശംസ ഞാൻ സഖീ;
നവരാഗി ഗണിച്ചതില്ലിവൻ
ഭവനാവസ്ഥയു,മെന്റെ ശോഭയും. 39

അഥവാ പറയേണ്ട;യോർപ്പു തൽ-
കഥ ഞാൻ, തോഴി, യനാദരോക്തികൾ
വൃഥ മാറ്റുകയില്ല; വേണ്ട; യു-

ന്മഥനംചെയ്യുമതേറെയെന്മനം. 40

അയി, പിന്നെ വിപന്നനായ മൽ-
പ്രിയനിൽ സ്നേഹമെഴാത്ത നിൻ പ്രിയം,
നയമോർക്ക-യെനിക്കു നൽകണം
സ്വയമേറ്റം രുജപക്ഷപാതിനീ! 41

ഉരചെയ്‌വ, നവന്നധീനമെൻ
സ്ഥിരമാം ചേതന;-യുക്തിയാൽ സഖീ,
കരുതായ്ക കരസ്ഥമാക്കുവാ-
നെരിയും ജ്വാലയെ, യിന്ധനംവിനാ. 42

ഒരു കില്ലിനി വേണ്ട ദൂരവും
നിരുപിക്കേണ്ട, നയിക്കയെന്നെ നീ
വിരവിൽ സഖി, ജീവിതേശ്വരൻ
മരുവുന്നേതൊരു ദിക്കിലെങ്കിലും. 43

ഇവ കേട്ടു കുഴങ്ങി, തോഴിതൻ-
വ്യവസായം ദൃഢമോർത്തുകണ്ടുമേ
സഖിയാൾ, നിജകൃത്യബോധമാം
ശിഖി ധൂമാകുലമാകയാലവൾ. 44

'ഇത വെള്ളിയുദിച്ചു; വാടിയിൽ
ബത! കൂവാൻ തുനിയുന്നു പക്ഷികൾ;
സ്ഥിതി രാവിനു മാറിടുന്നമു-
മ്പതിദൂരം സഖി, പോക പോക നാം.' 45

ഇതി പിന്നെയുമിദ്ധരാഗയാ-
ളധികോൽക്കണ്ഠമഹോ! ത്വരിക്കവേ,
മതിശാലിനി വാച്യഭീതിയാൽ
ക്രുദ്ധയാർന്നി, ങ്ങനെയോതിനാൾ സഖി: 46

"മുറ മുഗ്ധമതേ, മറന്നു നീ
പുറമേ സ്വൈരിണിപോൽ ചരിക്കയോ?

പറ,കെങ്ങനെ സമ്മതിപ്പു ഞാൻ
വെറുമുൻമാദികൾതന്റേയിത്തൊഴിൽ? 47

അതുപോട്ടെ, സുദീർഘയാത്രയാ-
ണതുമല്ലോർക്ക, സുഖാസനോചിതേ,
അതിഭീകരമെങ്ങു വിന്ധ്യപ-
ദ്ധതി? നാമെങ്ങസഹായനാരിമാർ? 48

ഇവയൊക്കെയുമാട്ടെ,-തോഴിയ-
ങ്ങെവിടെക്കാണുവതപ്പുമാനെ നീ?
അവനെത്തിരവോർ തിരഞ്ഞുപോം,
പവനൻതന്നെ വനാന്തരങ്ങളിൽ. 49

പരമിന്നതു, മല്ലിതോർക്ക നീ
വരനില്ലാത്ത വിവാഹഘോഷമാം;
സ്ഥിരമല്ലസുബന്ധമാർക്കു, മാ
നരകങ്കാള, മതേലുമെത്രനാൾ? 50

അതിവത്സല ഞാൻ;-പരം സദാ
മധുരിക്കാ സഖി, സത്യഭാഷിതം;
ബുധരപ്രിയസത്യമോതുകി,-
ല്ലതു കേൾ നീതി;-യിതോർക്ക സൗഹൃദം 51

വിധി വിശ്വസുഖം സ്വദിക്കുവാൻ
മതിയും, മർത്ത്യനു നൽകി രാഗവും;
രതിയാലസമീക്ഷ്യകാരിയാം
സുധി, ധാതാവെയനാദരിക്കയാം. 52

സ്ഥിതിയോർത്തു കഥിപ്പു നന്മ ഞാ-
നതിമോഹാകുലമിന്നു നിൻമനം,
അതിനാൽ വിരമിക്ക;പോകുകിൽ
ക്ഷതിയുണ്ടാം, സഖി, മാനഹാനിയും.” 53

പര, മിമ്മൊഴി പീഡ നൽകി,യ-

ക്കരുണാർഹയ്ക്കു, കുലായമെത്തുവാൻ
ചിറകാശു വിതിർത്തുയർന്നിടും
ചെറുപക്ഷിക്കു ചുഴന്ന കാറ്റുപോൽ. 54

പുനരെങ്കിലുമൂഢശക്തിയാം
മനതാർ വിങ്ങിയുടൻ വിടർന്നപോൽ
അനവദ്യഗുണാഢ്യ തൂവിയീ
ഘനസൗരഭ്യമിയന്ന വാണികൾ: 55

"വിഹിതാവിഹിതങ്ങ,ളോർത്തയേ
മഹിതം സ്നേഹമഹോ! മറക്കൊലാ;
ഇഹ ധർമ്മരഹസ്യമന്തരാ
നിഹിതം, നിത്യവിഭിന്നമാം നയം. 56

അറിയും ജനനീതിസീമയെ-
ത്തിറമായ് കാക്കുമപൂർണ്ണരാഗികൾ;
നിറയും രതി, ലോകസംഗ്രഹം
കുറിയാക്കാ, സഖി, കൂസലാർന്നിടാ 57

സുപരീക്ഷിതമിപ്പോഴെൻമന-
സ്സപശങ്കം സഖി, മുമ്പിതേലുകിൽ,
ത്രപവിട്ടിവൾ ചെയ്യുമായിരു-
ന്നപരോക്ഷം പ്രിയഹസ്തപീഡനം. 58

ഉടലോർക്കുക ബാഹ്യമായതിൽ
തടവും ലോകമതീവബാഹ്യമാം;
സ്ഫുടസൗഹൃദമാന്തരാത്മികം
വെടിയുന്നെങ്ങനെ തോഴി! ദേഹികൾ? 59

അലമിയന്നതിഭീതി, യെൻമന-
സ്സലയാ; ഞാനിവയൊന്നുമോർത്തിടാ
കുലനീതിയെ മാംസകഞ്ചുകം
വിലവയ്ക്കാത്തവർ പേടിയാ സഖീ. 60

മരണം ഭയസീമ,യെന്നയേ,
കരുതും ജീവികളിങ്ങനാരതം;
വിരഹാർത്തയിവൾക്കഹോ! ഭയ-
ങ്കരമായ്ത്തീർന്നു ധരിക്ക ജീവിതം. 61

പുനരെന്തുരചെയ്‌വു? പോക നാം.
നിനയായ്കത്തൽ; നടക്ക നാം ദ്രുതം
മനതാരരുളുന്നു-കാന്തനാ
വനഭാഗം സഖി, വിട്ടുപോയിടാ. 62

പരമെൻമിഴി കാണ്മു, വെന്നെയോർ-
ത്തെരിയും നെഞ്ചൊടു കൺവിടുന്നു കേൾ
മരുഭൂവെയിലിൽ ജലാർത്ഥിയായ്
തിരയും മാനൊടു തുല്യമെൻ പ്രിയൻ. 63

വരുവേൻ പ്രിയ, കേണിടായ്ക, യെൻ-
കരൾ നിൻകൈയിൽ, വപുസ്സുമെത്തുവാൻ
പുറകേ ത്വരയാർന്നു പക്ഷിപോൽ
ചിറകില്ലാഞ്ഞതിലീർഷ്യവയ്പു ഞാൻ. 64

സ്ഫുടമെൻ സഖി, ചൊൽവനെൻ പ്രിയൻ
വെടികില്ലെന്നെ വെടിഞ്ഞു ജീവിതം;
തടസീമയിൽ വിട്ടു രശ്മിയെ-
ക്കടലിൽ പോയ് രവി മുങ്ങിടാ സഖീ! 65

സ്ഥിരചേതനകൾക്കഹോ! പര-
സ്പരമേലും സമവായവൈഭവം
പരനിങ്ങറികില്ല; പണ്ഡിതേ,
കരുതായ്കായതു മോഹമെന്നു നീ. 66

ഇരവാശു കഴിഞ്ഞിടുന്നിതാ!
വിരഹോൽക്കണ്ഠ പൊറാഞ്ഞു വാപിയിൽ
തിരിയെ പ്രിയയെത്തലോടുവാൻ
കരയുന്നു സഖീ, കോകനായകൻ! 67

സകരുണമിതു ചൊല്ലിസ്സഹ്യ-
മല്ലാഞ്ഞു താപം
പികമൊഴിയഴുതപ്പോൾ തോഴി
കണ്ണീർ പൊഴിഞ്ഞാൾ;
അകലെയുമനുകമ്പാശാലി-
കൾക്കന്യദുഃഖം
പകരുമിഹ സമക്ഷം പിന്നെ-
യോതേണ്ടതുണ്ടോ? 68

രാവപ്പോൾ വിരമിക്കിലും, സഖി പരീ-
ക്ഷിച്ചെന്നവണ്ണം സ്വയം
ഭാവം മാറ്റി, യുടൻ പ്രസന്നകുലദൈ-
വമ്പോലെയമ്പാർന്നവൾ.
പോവാൻ ഭൃത്യരുമായ് തുനിഞ്ഞു വെളിവായ്,
ലീലയ്ക്കു വിന്ധ്യേശ്വരീ-
സേവാബദ്ധകുതൂഹലം ഹൃദയമെ-
ന്നങ്ങാരുമോരുംവിധം. 69

പിന്നിട്ടേറ്റം വഴി, പലദിനം-
കൊണ്ടണഞ്ഞാ വസന്തം
മുന്നിൽ കണ്ടി,ട്ടവരിരുവരും
പോയിതക്കാടു നോക്കി
പിന്നിൽത്തള്ളിപ്പരിജനമതും,
സ്വപ്നമാകും പ്രപഞ്ചം-
തന്നിൽ ബാഹ്യേന്ദ്രിയമകലെയായ്
ചിത്തസത്വങ്ങൾപോലെ. 70

മൂന്നാം സർഗം

അഥ വനതടമാർത്തിയാർന്നണഞ്ഞീ-
യധരിതകിന്നരനാരിമാരലഞ്ഞാർ
പൃഥുമുകിലിലകന്ന കൂട്ടുതേടും
വിധുരവലാകകൾപോലെയങ്ങുമിങ്ങും. 1

കുസുമിതവനകാന്തിയാത്മകാന്ത-
വ്യസനിനി ലീല വിചാരിയാതെ പോയാൾ:
അസുലഭമണി തേടുവോർ ഗണിക്കി-
ല്ലസദൃശമാകരമാർന്ന ധാതുഭംഗി. 2

ഒരു വഴി തിരിയുമ്പൊഴോമലാൾക്ക-
ങ്ങുരുതരചമ്പകഗന്ധമോടുമുള്ളം
പരിചിലഥ ഹരിച്ചു, 'നർമ്മദോ'ർമ്മീ-
പരിചയശൈത്യമിയന്ന മന്ദവായു. 3

"സുഖദമയി! വരുന്നിതെങ്ങുനിന്നോ
സഖി, യിത ചമ്പകഗന്ധമെന്തു ചിത്രം!
മുഖരസമിതു മാറ്റി മിന്നുകല്ലീ?
നിഖിലവനാവലി നിദ്രവിട്ടപോലെ. 4

നലമൊടു തരുനായകാന്തികത്തിൽ
പലതിത! പക്ഷികൾ പാടിടുന്നു ഗീതം;
തളിരുമലരുമാർന്നു തെന്നലേറ്റീ
ലളിതലതാവലി ലാസ്യമാടിടുന്നു. 6

ഭിദുര, മഹഹ! പൂർവവിസ്മൃതിക്കീ
മൃദുതരവായുതരംഗരംഗലോലം,

ഹൃതഹൃദയ, മഹോ വരുന്നു തോഴീ,
ഹിതകരമീവഴി ഹേമപുഷ്പഗന്ധം. 6

ഇവിടെയിളയതെന്നൽ തന്നിൽ മുങ്ങി-
ട്ടവികലനിർമ്മലരാക പോകുവാൻ നാം,
എവിടെ മണമിതുത്ഭവിപ്പുവങ്ങെ-
ന്നവിതഥജീവിതദൈവതം വസിപ്പൂ. 7

വരുവിനിവിടെയെന്നലിഞ്ഞു നമ്മെ-
ത്തെരുതെരെയീയടവിക്കു തെക്കുമാറി,
ഉരുകിസലയചാരുശാഖയാട്ടി-
ത്തരുനിര മാടിവിളിപ്പു കാൺക തോഴീ. 8

അരുളിയവളിവണ്ണമാവഴിക്കായ്
ത്വരയൊടു മുമ്പു നടന്നു തെറ്റിടാതെ
കരുതിയ മുതൽ നോക്കുവാൻ വനത്തിൽ
പരിചിതയാമുടമസ്ഥപോണപോലെ. 9

ഗിരികടകമണഞ്ഞു മഞ്ജുരേവാ
പരിസരമാർന്നവൾ കണ്ടു വിസ്മയിച്ചാൾ
ഉരുകുസുമമുദാരശോഭമാരാ
ലൊരു വനഭാഗമുഷസ്സുപോൽ മനോജ്ഞം. 10

ഉടനെയുടൽ ഞടുങ്ങിയങ്ങു പൊൻപൂ-
വിടപികൾ കണ്ടതിമോഹലോഹിതാംഗി
തടവി പുളകപാളിയംഗമെങ്ങും
സ്ഫുടമവൾ, പൂക്കുമശോകശാഖിപോലെ. 11

തൊഴുതുകരമുയർത്തിയാ വനത്തെ-
പ്പൊഴിയുമനർഗ്ഗളബാഷ്പവൃഷ്ടിയോടും,
തഴുകി നിഴൽകണക്കെ മൂകയായ് തൻ-
വഴി തുടരും സഖിതന്നെ വിഹ്വലാംഗി. 12

തനുഭരമവൾ താങ്ങവേ വിലങ്ങു-

നന്നനലശിഖോജ്ജ്വലമാകുമേകഹസ്തം
വനമതിലഥ ചൂണ്ടിനിന്നു വീണാ-
നിനദസമുദ്ഗതഗദ്ഗദം കഥിച്ചാൾ: 13

"കുസുമശബളകാന്തിയാം നഭസ്സിൽ
പ്രസൃമരമാം സ്ഫുടചമ്പകാതപത്താൽ
അസമയരമണീയമത്ര കണ്ടോ?
സുസഖി! യുഷസ്സുഷമയ്ക്കു നിത്യഭാവം. 14

വിലസി വെയിലിലിങ്ങു ചിത്രവർണ്ണം
ചലദനിലംപ്രതി ചാരുചിത്രഗന്ധം
പല വിസൃമരചിത്രനാദ, മൊന്നാ-
മുലകു തരുന്നു കുതൂഹലം വിഭിന്നം. 15

ഗഗനതടമിടിഞ്ഞു താണതൊക്കും
നഗപതി നീലനിതംബഭൂവിലേവം
ഭഗിനി! പറകയെന്തിതാർന്നതിങ്ങീ-
യഗണിതദിവ്യവിഭൂതി മർത്ത്യലോകം. 16

അനഘനമരകല്പനനെന്റെ നാഥൻ
വനമിതിൽ വാഴണമില്ല കില്ലു തോഴി;
തനതുഗതി തടഞ്ഞു നിന്നുതേ, യെൻ-
മനമിഹ മന്ദുര കണ്ട വാജിപോലെ. 17

അയി സഖി! നവചമ്പകോത്സുകൻ മ-
ദ്ദയിതനഹേതുകമായി, ഹേതുവോർത്തും;
സ്വയമവനുമെനിക്കുമാളി, യേതൽ-
പ്രിയകരമഞ്ജരി മഞ്ജുദ്യുതിയായി. 18

അനഘനവനു ഹേമമഞ്ജരീ, ഹാ!
മനതളിരിൽ പ്രിയരിങ്ങു രണ്ടുപേർതാൻ;
അനിതരസമഭൂതി പൂവിൽ നീയും,
വനിതകളിൽ ബത! ഭാഗ്യഹീന ഞാനും 19

വിധുത, യിളമരുത്തിനാൽ; മഹസ്സാ-
ലധരിതതാരകതാരിലോമലേ നീ;
മധുപമലിനർ തീണ്ടുകില്ല നിന്മെയ്
വിധുരവനാവലിവല്ലിലമ്പടന്മാർ. 20

അഹഹ! രമണ, സാർത്ഥമിസ്സുമത്തിൽ
സഹജരസം ഭവദീയരാഗയോഗം;
മഹദഭിമതമിങ്ങു ശീലമോരാൻ
സഹചരരേകനിദർശനം മഹാത്മൻ." 21

ദ്രുമമതിലഥ നോക്കി നിശ്വസിച്ച-
സ്സമരുചിയാർന്ന മനോജ്ഞഹസ്തതാരാൽ
സുമമലിവൊടിറുത്തു മുത്തി, മാറിൽ
കമനീയണച്ചന്ത ചൂടി ചൂഡതന്നിൽ. 22

ക്ഷണമുടനെ നിനച്ചുനിന്നു സാദ്ധ്വീ-
മണിയഥ നിശ്ചയമാർന്നപോൽ നിവർന്നാൾ
"പ്രണയിയിവിടെയുണ്ടു തോഴി, പോന്നി-
ങ്ങണയുമലംകൃതയാക്കുകെന്നെ" യെന്നാൾ. 23

"അവഹിതമിത കേൾ! പ്രതിധ്വനിക്കു-
ന്നവിരതമാർത്തിനിബന്ധനസ്വനങ്ങൾ;
ഇവിടെ വഴികൾ ഹന്ത! വേർതിരിക്കാ-
മവനുടെ സംഗമഗന്ധബന്ധുരങ്ങൾ. 24

വെടിയുക വിചികിത്സ വത്സലേ, നീ,
പടിമ മദിന്ദ്രിയമാർന്നിടുന്നു പാരം
പൊടി ഝടിതി തുടച്ച ദർപ്പണംപോ-
ലടിതെളിവാർന്നൊരു വാപിതൻ ഹ്രദംപോൽ. 25

സ്വവശസുലഭഭൂഷയാലണഞ്ഞെ-
ന്നവയവപംക്തിയലങ്കരിക്ക തോഴീ,
സവിധമതിലണഞ്ഞു കാണണം കേ-
ളവികലശോഭയൊടെന്നെയാത്മനാഥൻ." 26

ത്വരിതമിതരുൾചെയ്തു തോഴിയോടായ്
സ്ഫുരിതതനുപ്രഭമോടി ബദ്ധവേഗം,
തരുണി തരുനികുഞ്ജമൊന്നു പൂക്കാൾ
തരളതടില്ലത കന്ദരംകണക്കെ. 27

ഉടനെ മതമറിഞ്ഞൊരുക്കി നൽപൂ-
മ്പൊടി, പുതുപൂന്നിര, നല്ല പല്ലവങ്ങൾ
ഝടിതിയിവയൊടൊത്തു തോഴി വള്ളി-
ക്കുടിലതിലെത്തി വസന്തകാന്തിപോലെ. 28

അനുപദമണിയിച്ചു ജന്മരമ്യം
തനു തെളിവാർന്നു വെളിക്കു നിർഗ്ഗമിച്ചാൾ,
ഘനമനലപുടം വെടിഞ്ഞു കാളും
കനകശലാകകണക്കെ കോമളാംഗി. 29

വിരളമണിസുമങ്ങൾപൂണ്ടുമംഗം
പരിഹിതനീലനവാംബരാഭകൊണ്ടും
പരിഗതസുമകാലതുല്യമാർന്നാൾ
സ്ഫുരിതപരാഗമനോഹരം വരാംഗി. 30

അരികിലഥ വിചിത്രവർണ്ണമേലും
വിരി തടവീടുമൊരാനതൻ പുറംപോൽ
തരുമലർനിര വീണു ഭംഗിതേടു-
ന്നൊരു ശിലമേൽ തനുഗാത്രി ചെന്നിരുന്നാൾ. 31

അവിടമറികയാലുമാളി, ലീലാ-
വ്യവസിതസിദ്ധിയിലാശവയ്ക്കയാലും
സവിധമതിൽ മറഞ്ഞു വിശ്രമിച്ചാ-
ളവയവസാദമസഹ്യമാകയാലും. 32

മടുമലർശിലതന്നിലന്തിമേഘ-
ക്കൊടുമുടി പറ്റിയ താരപോൽ വിളങ്ങി
തടമതിലഥ തമ്പി നോക്കി, നോട്ടം

സ്ഫുടകിരണങ്ങൾ കണക്കെ നീട്ടിനീട്ടി. 33

പ്രിയമൊഴി വനദേവരോതിടുംപോൽ
സ്വതമഥ പൊങ്ങി കപോതഹൂതഘോഷം;
പ്രിയനുടെ കഥപോൽ പ്രവൃദ്ധരാഗം
കുയിലുകൾ പാടി കുഹൂകുഹൂനിനാദം. 34

അളിപടലികൾ മൂളി; രന്ധ്രമേലും
മുളകൾ മരത്തിലുലഞ്ഞു മെല്ലെയൂതി;
തളിർനിര മൃദുതാളമേകി;യേവം
കളകളമായതിമോഹനം വനത്തിൽ. 35

“വരിക ഹൃദയനാഥ, വൈകി കാണ്മാൻ,
തരുവടി മൗലിയിൽ വയ്ക്കുവാൻ മഹാത്മൻ;
തരിക ചിരവിയുക്തദർശനം,നീ
കരുണ വഹിക്കുക, ദാസി ഞാൻ ദയാലോ! 36

അരുതു ചെറുതുമെന്നിലപ്രിയം; ഞാ-
നൊരുപിഴചെയ്‌വതിനോർക്ക ശക്തയാകാ;
സ്ഥിരചരിത, മദീയജീവിതത്തിൽ
പരഭിവാഞ്ഛയെനിക്കു നിന്നിലല്ലോ. 37

തരുമനുമതി താത, നിങ്ങു കാലം
വരുമതിനെന്നിവൾ നാഥ, കാത്തിരുന്നേൻ,
ഗുരുജനഭയപഞ്ജരസ്ഥ കഷ്ടം!
പരനഥ പൈങ്കിളിപോലെ ദത്തയായേൻ. 38

അതുവരെയഭിമാനമാർന്നു ഹാ! ഞാ-
നതുല, ഭവാനൊടു തുല്യശീലയെന്നായ്;
അഥ കരുതിയമൂല്യരത്നമേ! യീ
ശ്ലഥമതി നിൻ ദയനീയഭൃത്യയെന്നായ്. 39

കരുതുവതിഹ ചെയ്യവയ്യ, ചെയ്യാൻ
വരുതിലഭിച്ചതിൽ നിന്നിടാ വിചാരം;

പരമഹിതമറിഞ്ഞുകൂടാ; യായു-
സ്ഥിരതയുമി,-ല്ലതിനിന്ദ്യമീ നരത്വം! 40

പരവശയിവളപ്രഗത്ഭയാംനാൾ
വിരസതചേർത്തതിൽ വയ്ക്കൊലാ വിരോധം;
വരിക, യനുഭവിക്ക, കയ്പുപോയി-
പ്പരിണതമാം ഫലമിപ്പൊഴോമനേ, നീ. 41

ചിരതരമയി നാഥ, നിന്നിൽ വാണെൻ-
കരളുമിയന്നു ഗുണോല്ക്കരം സ്ഥിരാത്മൻ;
കരുതുക, യതുമൂലമെന്നെയോർത്തീ-
ലൊരുനിമിഷാർദ്ധവുമന്യനുള്ളതായ് ഞാൻ. 42

മതി! ഭയമഥവാ-മദുത്സുകൻ നീ-
യതിവിമലാശയ, നന്യഥാ ധരിക്കാ;
ദ്യുതിയിലിരുളെഴില്ല, രാഗഭൂവാം
മതിയിൽ മലീമസശങ്കയങ്കുരിക്കാ 43

കുയിലിണയിലലിഞ്ഞു പാടിടുന്നു;
മയിലിത തൻപിടയോടുമാടിടുന്നു;
പ്രിയയെയനുനയിച്ചിടുന്നു സിംഹം;
പ്രിയതമ നീയണയാഞ്ഞു ഞാൻ വലഞ്ഞു. 44

ശരി, നയനപഥത്തിൽ നിന്നിടുന്നു-
ണ്ടൊരുനിമിഷം പിരിയാതെയെൻപ്രിയൻ! നീ
പര, മതു നിഴൽപോലെയിന്ദ്രിയങ്ങൾ-
ക്കരതിദദർശനമായി.-ഞാൻ വലഞ്ഞു. 45

അവഭയമഴലേറിയോമനേ! പോ-
ന്നിവിടമണഞ്ഞിവൾ നിന്റെ മേനി കാണ്മാൻ;
അവശത പെരുകുന്നു, നിന്നെ നീയി-
ന്നെവിടെ മറയ്പതു? നാഥ, ഞാൻ വലഞ്ഞു 46

പ്രണയശിഖിയിൽ വെന്തിടുന്നിതാത്മാ-

വണയുക, തെന്നലണഞ്ഞു ചമ്പകത്തിൽ;
ഘൃണതടവുക, യെന്റെയോമനേ, പോ–
ന്നയുക, നിൻപ്രിയ, 'ലീല' ഞാൻ വലഞ്ഞു." 47

കരുണകരുണമീവിധം പുലമ്പി-
ക്കരുമനയാലവൾ മൂർച്ഛയാർന്നിരുന്നാൾ;
വിരതപവനവാപിപോലെ, വണ്ടിൻ-
വിരുതമടങ്ങിയ ഗുല്മമെന്നപോലെ. 48

പ്രണയനിഭൃതചിത്തമങ്ങനങ്ങാ–
തിണകളെ നോക്കി മൃഗങ്ങളൊക്കെ നിന്നു;
ഗണമൊടു പതഗങ്ങൾ പാതിപാടി-
ക്ഷണമറിയാതെയിരുന്നു ശാഖിതോറും. 49

ചടുലതകളാടിടാതെ ചാഞ്ഞാ
വിടപികൾമേലനുമൂർച്ഛയാർന്നു നിന്നു
അടവിയധികമൗനമാർന്നു മേളം
ഝടിതി നിറുത്തിയ രംഗഭൂമിപോലെ. 50

നിയതചരമയാന, നപ്പൊഴോജഃ-
ക്ഷയദയനീയനഹസ്കരൻ തലോടി,
സ്വയമുപചിതരാഗമാം കരത്താൽ
പ്രിയമൊടു ഭൂമിയെ മന്ദമങ്ങുമിങ്ങും. 51

ഹൃദയഹരണമോ വിലാപഗീതം
സദയത ചേർത്തിതു ചേതനത്തിനെല്ലാം!
മദനനിവിടെയെത്തുകില്ലയോ? തൻ-
ഗദവുമവസ്ഥയുമോർത്തിടാതെതന്നെ. 52

ഉരഗനിരകൾ ധൂർത്തവംശരാഗം
തിരയു; മലിഞ്ഞു വിഡംബഗാഥ കേട്ടും
സുരരണയു;-മലം, ഫലാർഹമാണീ
സരളമനോഹരമായ സത്യഗാനം. 53

"അഴൽ മതി, വനമദ്ധ്യദീപികേ! നിൻ-
നിഴലയി, നോക്കുക, പിന്നിലോമലേ! നീ."
വഴിയെയിതി വിദഗ്ധതോഴിയോതും
മൊഴിയവളംബരവാണിപോലെ കേട്ടു. 54

ത്വരിതമുദിധബോധയായ്, തിരിഞ്ഞ-
ങ്ങരികിലഹോ! സതിരൂപമൊന്നു കണ്ടാൾ;
പരവശത പിണഞ്ഞാരംഗമോടും
വിരവിലതിന്നടികൂപ്പിനാളെണീറ്റാൾ. 55

പറകിൽ വികൃതമായതിൽത്താൻ
നിറയുമാരമ്പൊടു ലീല കൈകൾ നീട്ടി,
വിറയാടുമിണ മുമ്പു വിസ്ഫുടാശം
ചിറകു വിതിർത്ത കപോതിപോലണഞ്ഞാൾ. 56

അവനുമവശനെങ്കിലും, സ്വബോധം
വ്യവഹിതമെങ്കിലുമാഞ്ഞുനോക്കിനിന്നാൻ
അവളെയതിവിരൂപനസ്ഥിശേഷൻ;
ധ്രുവമിഹ മാംസനിബദ്ധമല്ല രാഗം. 57

അവയവമിതരേതരം തലോട-
നവനവളൊത്തു തുനിഞ്ഞു ലാക്കുതെറ്റി,
സ്വവദനമെതിരിട്ടു ദർപ്പണത്തിൻ-
സവിധമണഞ്ഞൊരു കുട്ടിപോൽ കുഴങ്ങി. 58

ദയയൊടവൾ തലോടിയുമ്മവച്ചാൾ
ദയിതനെ രാഗമിരുന്ന ഹൃത്തടത്തിൽ
നിയതമഴൽച്ചുടുന്ന നെറ്റിമേലും
പ്രിയതമ പൈതലെയമ്മയെന്നപോലെ. 59

ഉടലവനിലണച്ചു ശുഷ്കമാകും
വിടപിയിൽ മോഹനവല്ലിപോലെ നിന്നാൾ;
തടവി വിവശമംഗമോമനേ,യെ-
ന്നിടറിവിളിച്ചവൾ കണ്ണുനീർ ചൊരിഞ്ഞാൾ. 60

മദജനകഭീഷ്ടരൂപവും തൽ-
കദനവിമർദ്ദനമംഗസംഗവും ഹാ!
സദയമധുരവാക്കുള്ളിലാഴും
മദനനു മോഹമകന്നപോലെ തോന്നി. 61

പ്രിയത കരകവിഞ്ഞു പാർത്തു വീണ്ടും
പ്രിയയുടെ മോഹനമോഹനം മുഖാബ്ജം;
സ്വയമലിവൊടുമൊന്നവൻ മുകർന്നാൻ
ഭയമുളവായതുപോലെ ഹാ! വെടിഞ്ഞാൻ. (യുഗ്മകം) 62

ക്ഷണമവൾ സുഖമീലിതാക്ഷിയായ-
പ്രണയി മറഞ്ഞതറിഞ്ഞിടാതെ നിന്നാൾ
അനുപദമഥ നോക്കിനാൾ, ശപിച്ചാ-
ളനുകനെ വിട്ടൊരധന്യബാഹുബന്ധം. 63

“പ്രിയഖഗ, കരമായ കൂടു ഭാഗ്യ-
ക്ഷയമതിൽ വിട്ടു പറന്നുപോകിലാം നീ;
സ്വയമഹഹ! ദുരന്തരാഗപാശം
പ്രിയ വിടുകില്ലിവളെ”ന്നു പിൻതുടർന്നാൽ. 64

ഉടൽ വിളറി മുഷിഞ്ഞ വസ്ത്രലേശം
തടവുമവൻ ബഹുദൂരലക്ഷ്യനായി;
ഉടനെ വലിയകാട്ടിൽ വൻമഴക്കാ-
റിടയിലിളംപിറപോലെ ലീനനായി. 65

തരളഹൃദയ കഷ്ട! മെത്ര ബാദ്ധം
പരവശയാമതുകണ്ടൊരാ വരാംഗി?
തിരിയെ മദനനെന്തിനോടി? യെന്താം
പരിണതി ഹാ! വിധിവാമ്യമെന്തുചെയ്വൂ! 66

ഭൃശജവമവനെത്തുടർന്നു വീണ്ടും
ശശിയെയനുദ്രുതതാരപോലെ സാധ്വി;
അശരണയവളെത്തുടർന്നു താരാ-

വശഗതയാമുപതാരപോലെ തോഴി. 67

അതിജവമൊടണഞ്ഞു കണ്ടു ദൂരെ-
സ്സതി, തടിനീതടഗണ്ഡശൈലകൂടം;
ഗതിയിൽ മദനനേറിടുന്നതുംചെ-
ന്നതിലൊരു ധൂസരമേഘലേഖപോലെ. 68

ഉടനപരിഹാര്യമാമപായം-
പെടുമവനെന്നവൾ കണ്ടു കുണ്ഠയായി
അടികളൊരു തരിമ്പു മുമ്പു നീങ്ങാ-
തുടൽ മരവിച്ചഥ കണ്ണുമന്ധമായി. 69

സമയമതിലുയർന്ന ഘോരവാരി-
ഭ്രമമൊടകാലികവൃദ്ധി രേവയാർന്നു,
ഘുമഘുമരയഘോഷമേറ്റിയാരാൽ
യമപുരിതന്നിലടിച്ച ഭേരി പോലെ. 70

രവി ജലധിയിലാശു മുങ്ങി, രേവാ-
സവിധവനങ്ങളിൽനിന്നു രശ്മി നീങ്ങി;
പവനനുമഥ വിട്ടു ചമ്പകത്തേ,
ഭുവനനുമപ്പൊഴുതപ്രസന്നമായി. 71

അഥ മദനനകന്നു ശൂന്യമായ് തൽ-
പഥമതു പക്ഷി വെടിഞ്ഞ ശാഖിപോലെ;
കഥയവസിതയെന്നു ബുദ്ധിയാലും
വ്യഥയെഴുമാസ്സതി കണ്ടു ശുദ്ധിയാലും. 72

ഉടനെയഴൽപൊറാഞ്ഞു വീണുരുണ്ടാൾ;
ഝടിതിയെണീറ്റു കൃതാർത്ഥപോൽ
ഹസിച്ചാൾ; ഒടുവിൽ മദനനെത്തിനിന്ന ദിക്കി-
ന്നുടനവൾ നിദ്രയിലെന്നപോൽ നടന്നാൾ. 73

ജവമവിടെയണഞ്ഞു, 'രേവ' നീട്ടും
ധവളതരംഗകരങ്ങളിൽ സതോഷം

അവളുടനെ കുതിച്ചു കൊള്ളിമീൻപോ-
ലവനതയായതു ഹന്ത! തോഴി കണ്ടാൾ. 74

മനമുഴറി ഞടുങ്ങിയാശു വീണാൾ,
പുനരിവളേറ്റു വിഷണ്ണയായി നിന്നാൾ,
അപഹൃതധനനായ ലുബ്ധനെപ്പോ-
ലപഗതദീപനരണ്യപാന്ഥനെപ്പോൽ. 75

"അയി സഖി യയി സോദരീ, യഹോ, നിൻ-
ക്രിയയതിനിഷ്ഠുര-മെന്നെ നീ വെടിഞ്ഞു,
പ്രിയനെയനുഗമിച്ചു ധന്യയായ് നീ
സ്വയമഥവാ-വിധിയിന്നു തൃപ്തനായി! 76

എവിടമിവിട? മെങ്ങു വാസഭൂ? വേ-
തിവരുടെ കാംക്ഷിത? മെന്തു സംഭവിച്ചു?
അവിദിതപരിണാമമൊക്കെയോർക്കിൽ,
ശിവ! ശിവ! സർവമനാഥമീ ജഗത്തിൽ! 77

അനിശമവനിഗർഭമാർന്നുദിപ്പൂ,
പുനരനിശം വ്യഥയാർന്നുപോയ് ലയിപ്പൂ,
അനുഗതരയമാർന്നു നിൽപ്പു രേവേ,
മനുജനുമോർക്കുകിൽ നീയുമൊന്നുപോലെ. 78

വിദിതമിതഥവാ ചലാചലത്വം
കദനമിയന്നയി, കേഴൊലായിവണ്ണം
നദി,-സപദി വഹിച്ചിടുന്നു നീയാ
ഹൃദയയുഗം സ്ഥിരസൗഹൃദം ഹ്രദത്തിൽ. 79

ശരി, നിജചരിതത്താലീ ജഗൽസ്വപ്നഭീതൻ
നരനു മിഥുനമേ, ഹാ നൽകിയാശംസ നിങ്ങൾ;
തിരിയെയെവിടെ നാം കാണുന്ന? തെൻ
ധീരയെയും ഹാ
ധരയെയുമിത! തുല്യം മൂടി ഗാഢാന്ധകാരം." 80

ആസക്താശയ കേണു മാധവി കിട-
ന്നേവം നിരാലംബയായ്;
ഭൂസംശ്ലേഷമിയന്നുറങ്ങി ശിശുപോൽ;
ജൃംഭിച്ചു മുമ്പിൽ തദാ
ഹാ! സിക്താംഗ, രതീവസുന്ദരർ, യുവ-
സ്ത്രീപുംസചിഹ്നം പരം
ഭാസിക്കും, പരിവേഷമാർന്ന വദന-
ശ്രീപൂണ്ട, രണ്ടാളുകൾ. 81

"ആരും തോഴീ! യുലകിൽ മറയു-
ന്നില്ല; മാംസം വെടിഞ്ഞാൽ
തീരുന്നില്ലീ പ്രണയജടിലം
ദേഹിതൻ ദേഹബന്ധം;
പോരും ഖേദം; പ്രിയസഖി, ചിരം
വാഴ്ക മാഴ്കാതെ; വീണ്ടും
ചേരും നാം കേൾ-വിരതഗതിയാ-
യില്ല സംസാരചക്രം." 82

ആ രാജമാനരിതു ചൊല്ലി; യുണർന്നു തൃഷ്ണ
തീരാതെ തോഴി; യവരങ്ങുടനേ മറഞ്ഞു;
പാരാകെ വീണ്ടുമവൾ കണ്ടു; വിളങ്ങിയേതു-
മോരാത്തപോലെയുദയോപരി കർമസാക്ഷി. 83

അഥ സകലം നിനയ്ക്കുകിലു-
മാടൽ വഹി, ച്ചടവീ-
പഥമവൾ വിട്ടുപോയി; ജവ-
മാ രുജ നീങ്ങുവതോ?
കഥയനുയാതരോടിവൾ പ-
റഞ്ഞു കരഞ്ഞു പരം
വ്യഥയൊടഹോ! മടങ്ങിയവർ'
തങ്ങിയൊരേടമവൾ. 84

ശേഷം നാൾ സ്വയമാ സഖീരമണനെ-
ത്തേടുന്നൊരന്നാർന്ന തൻ-

വേഷം സാർത്ഥകമാകുമാറുടനെതാൻ
    കൈക്കൊണ്ടു ചീരാംബരം
ദോഷസ്പർശമെഴാത്തതാം വ്രതമെടു-
    ത്തന്യാർത്ഥമായ്, ജീവിതം
തോഷം പൂണ്ടു നയിച്ചു, ലൗകികസുഖം
    തുച്ഛം കൊതിച്ചീലവൾ. 85

വ്യാഖ്യാനം

തന്റെ ബാല്യകാല സഹചാരിയും പ്രേമഭാജനവുമായ മദനനെ അന്വേഷിച്ചു കണ്ടുപിടിക്കുവാൻ സ്വന്തം തോഴിയായ മാധവിയെ ലീല നിയോഗിച്ചു. തന്റെ ഗൃഹോദ്യാനത്തിൽ അനുരാഗവിവശയായി നിദ്രയിൽ കഴിയുന്ന ലീലയെ മാധവി നാളുകൾക്കുശേഷം വന്ന് വിളിച്ചുണർത്തുന്നു. അവളെ ആ തോഴി ആശ്വസിപ്പിച്ചു ചൊല്ലുന്നതായിട്ടാണ് കാവ്യത്തിലെ പ്രഥമ ശ്ലോകം നിബന്ധിച്ചിരിക്കുന്നത്.

1. പ്രണയപരവശ-അനുരാഗത്തിന്റെ ആധിക്യം കൊണ്ട് വിവശയായി ത്തീർന്നവൾ, ഉണ്ടൊരു ദിക്കിൽ-ഉണ്ട്! ഒരു സ്ഥലത്ത്, നായികയെ സമാശ്വസിപ്പിച്ചുകൊണ്ട് തോഴി പറയുന്നു. നെടുമോഹനിദ്ര-നീണ്ട മോഹാലസ്യനിദ്ര. 'നിന്റെ മാധവി' (ഇവിടുത്തെ 'നിന്റെ' എന്ന പ്രയോഗത്തിൽ ഇവർ തമ്മിലുള്ള ഹൃദയൈക്യത്തിന്റെ ഗാഢത പ്രകടമാണ്.) -അനുരാഗപാരവശ്യത്താൽ അവശയായിക്കിടക്കുന്നവളേ നിന്റെ നീണ്ട മോഹാലസ്യനിദ്ര അവസാനിപ്പിക്കുക. നിനക്ക് ശുഭമായിട്ടുള്ളത് സംഭവിക്കാനിരിക്കുന്നു. ഈ പറയുന്നത് നിന്റെ തോഴിയായ ഞാനാണ്, മാധവിയാണ്.

2. സരളമധുരം-സ്പഷ്ടവും മധുരവും. സരള-കാപട്യമില്ലാത്ത, ഋജുവായ. വചസ്സ്-വാക്ക്. ഒരു വിധി വാട്ടിയ-ഭാഗ്യദോഷത്താൽ തളർന്നു വിവശമായ; ലീലയുടെ കാതുകളെ കുളുർപ്പിക്കാൻ ശുഭദായകമായ മദനവൃത്താന്തത്തിനേ കഴിയൂ. അതു കേൾക്കാനുള്ള ഇട നൽകാതെ വിധി ആ കാതുകളെ തളർത്തിക്കളഞ്ഞു. പിച്ചി-പിച്ചകം. വിരളനവാംബു ബിന്ദു-വിരളമായ. നവാംബു ബിന്ദു-പുതുമേഘം. വേനൽക്കാലത്ത് വാടിത്തളർന്നുപോയ പിച്ചകം ഏതാനും പുതുമഴത്തുള്ളികൾ ഏറ്റപ്പോൾ ഉണർന്നെണീല്ക്കുന്നു. ആവശ്യത്തിനു മാത്രം ഉതകിയ മാധവിയുടെ വാക്കുകേട്ട ലീലയ്ക്ക് ആ വാക്കുകൾ നവമായ ജീവനെ ദാനം ചെയ്യുന്നവയായിരുന്നു എന്ന്- അലങ്കാരം-ഉപമ.

ഈ രണ്ടു പ്രഥമ ശ്ലോകങ്ങളിലായി കവി രണ്ടു പ്രധാന കഥാപാത്ര

ങ്ങളെയും അവതരിപ്പിക്കുന്നു. ലീലയും, മാധവിയും.

3, 4. മൂന്നും നാലും ശ്ലോകങ്ങളിലൂടെ കവി സ്ഥലകാലങ്ങളെ ഇണക്കി അവതരിപ്പിക്കുന്നു. ഉദയപുരം-രാജസ്ഥാനിലെ ഉദയ്പൂർ എന്ന ചരിത്ര പ്രസിദ്ധമായ നഗരം. ഉപാന്തം-സമീപം. വിഭിത മഹീധരസാനുഭൂതി -വിഭിതമായ-പ്രസിദ്ധമായി, മഹീധരത്തിന്റെ-പർവതത്തിന്റെ. സാനു ഭൂമി-താഴ്‌വരപ്രദേശം. (പ്രസിദ്ധമായ അരാവലി പർവതത്തിന്റെ താഴ്‌വാരമാണ് ഇവിടെ സൂചിതം) സദനസുമവനം-സദനം-ഗൃഹം, സദനത്തിലെ, സുമവനം-പൂന്തോട്ടം. ഉന്മദം-ആനന്ദലഹരി. മധുമാസം-വസന്തകാലം. 'വിലസി നറുനിലാവെഴും ലതാവലയമിയന്ന നിലത്ത്'-നറുനിലാവ് വിലസിയെഴുന്ന വല്ലിക്കുടിലിൽ നിലത്ത് എന്നാണ് അർത്ഥം കല്പിക്കേണ്ടത്. ലതാവലയം-വള്ളിക്കുടിൽ. നറുനിലാവ്-സുന്ദരമായ ചന്ദ്രിക. വള്ളിക്കുടിലിനിടയിലൂടെ നിലത്തു പതിക്കുന്ന നിലാവ്. വിലയ വിവശമേനി-മോഹാലസ്യത്താൽ തളർന്ന. മേനി-ശരീരത്തോടുകൂടിയവൾ. ഏകയായ്-ഒറ്റപ്പെട്ടവളായ്, നായികയുടെ നിസ്സഹായാവസ്ഥയെ വിളിച്ചറിയിക്കുന്നു ഈ പ്രയോ ഗത്തിലൂടെ.

വിരഹമൂർച്ഛയിലാണ്ടു ശയിക്കുന്ന നായികയെയാണ് ഈ യുഗ്മകത്തിലൂടെ കവി അവതരിപ്പിക്കുന്നത്. ഗുരുതരമായ വികാരവായ്പ് ഇവിടെ പ്രകടമാണ്. ഗൃഹാശ്രമത്തിലെ വള്ളിക്കുടിലാണ് രംഗം. വസന്തകാലവും, ചന്ദ്രികാചർച്ചിതമായ രാത്രിയും ഈ ചുറ്റുപാടുകളൊക്കെ വിരഹതാപത്തെ ദ്വിഗുണീഭവിപ്പിക്കുന്നവയാണ്. നായിക (ലീല) വാടിവീണ പൂങ്കുലപോലെ ആ വള്ളിക്കുടിലിൽ വീണു കിടക്കുന്നു-ഉപമാലങ്കാരം.

5. ക്ഷിതിയിൽ-ഭൂമിയിൽ. മർത്ത്യജീവിതം-മനുഷ്യന്റെ ജീവിതം. പ്രതി ജനഭിന്ന വിചിത്രമാർഗ്ഗം-ഓരോ മനുഷ്യനും വ്യത്യസ്തവും വിച്രിത്രവുമായ മാർഗ്ഗത്തോടു കൂടിയത്. പ്രതിനവരസം-ഓരോരുത്തരിലും പ്രത്യേകം പ്രത്യേകം രസത്തോടുകൂടിയത്. (ശൃംഗാരാദി ഒമ്പതു കാവ്യരസങ്ങളെ സൂചിപ്പിക്കുന്നു) കൃതികൾ-കാവ്യങ്ങൾ (ധന്യന്മാർ, എന്നും അർത്ഥകല്പന) മനുഷ്യ കഥാനുഗായികൾ-മനുഷ്യകഥയെ പ്രകീർത്തിക്കുന്നവ (അനുഗാനം ചെയ്യുന്നവ) ജീവിതം ഓരോരോ മനുഷ്യർക്കും വിഭിന്നവും വിചിത്രവുമായ മാർഗ്ഗങ്ങളോടു കൂടിയതാണ്. മനുഷ്യകഥകളെപ്പറ്റി പാടുന്ന കാവ്യങ്ങൾ (ധന്യന്മാർ) ഒരിക്കലും പുതുമകെട്ടുപോകാത്ത കഥകളെ പാടിക്കേൾപ്പിക്കുന്നു. കൂടാതെ ഹാ! ഈ ലോകത്തിലെ മനുഷ്യജീവിതം ഓരോരുത്തരും പരസ്പരം ഭിന്നമായ മാർഗ്ഗത്തിലൂടെ നയിക്കുന്നു. ഓരോ ജീവിതവും ഓരോ

രസാനുഭൂതിയാർന്നതുമാണ്. ഒരു കണക്കിന് ഇത്തരത്തിലുള്ള മനുഷ്യകഥകൾ പാടുന്നവർ തീർത്തും കൃതാർത്ഥരാണ്. ഇങ്ങനെയും അർത്ഥകല്പന നടത്താം.

6. മരുവി-താമസിച്ചു. അവിടെ-ഉദയപുരത്തിൽ. മുമ്പ്-ഭൂതകാലത്തെ സൂചിപ്പിക്കാൻ വേണ്ടിയുള്ള പ്രയോഗം. ഭൂരമാം മരുഭൂവിൽ-നോക്കെത്താ ദൂരത്തോളം വിജനമായിക്കിടക്കുന്ന മരുഭൂമിയിൽ. മഹാപണങ്ങൾ-വലിയ കച്ചവടസ്ഥലങ്ങൾ (അങ്ങാടികൾ) പെരുവഴി തുണ ചേർന്നു പോകുവോർ-മരുഭൂമിയിലെ വഴിയിൽ പരസ്പരം കൂട്ടായി ചേർന്ന് സഞ്ചരിക്കുന്നവർ (കച്ചവടസംഘങ്ങൾ). വൈശ്യവൃത്തികൾ -കച്ചവടക്കാർ.

7. അവരുടെ-(മേല്പറഞ്ഞ) വർത്തകരുടെ. കുലനാഥൻ-കുലത്തിന്റെ നാഥൻ, അധിപതി. വിശ്രുതൻ-പ്രസിദ്ധൻ. തനയ-പുത്രി. അർത്ഥപാലകൻ-അർത്ഥത്തെ-ധനത്തെ-പാലിക്കുന്നവൻ എന്ന് പാദാർത്ഥം കാവ്യത്തിൽ. നായികയുടെ-ലീലയുടെ പിതാവിന്റെ പേരും അർത്ഥപാലകൻ എന്നു തന്നെയാണ്. അവികല മാനുഷ രൂപമാധുരി-മനുഷ്യസൗന്ദര്യം രൂപമെടുത്തതുതന്നെയോ എന്നു തോന്നുന്നവൾ. വികലമല്ലാത്ത മനുഷ്യ സൗന്ദര്യം രൂപമെടുത്തതു തന്നെയോ എന്നു തോന്നുന്നവൾ. വികലമല്ലാത്ത മനുഷ്യസൗന്ദര്യം തോന്നും അവളെക്കണ്ടാൽ. അലങ്കാരം ഉത്പ്രേക്ഷ.

8. ഭവനമണിവിളക്ക്-ഭവനത്തിന്റെ രത്നദീപം. സദ്ഗുണപ്രവണത-സദ്ഗുണങ്ങളിലുള്ള താത്പര്യം. നന്ദിനി-പുത്രി (സന്തോഷിപ്പിക്കുന്നവൾ എന്ന് അർത്ഥം) ഇവിടെ നായികയുടെ സ്വഭാവഗുണത്തെ കവി പ്രത്യേകമായി കണക്കിലെടുക്കുന്നു. മമത-സ്നേഹം, അടുപ്പം. അസുക്കൾ-പ്രാണങ്ങൾ, ജീവൻ. വസുക്കൾ-ധനങ്ങൾ. പിതാവിന് മകളോടുള്ള സ്നേഹാധിക്യം വെളിവാക്കുവാനായിട്ടാണ് കവി ഇപ്രകാരം പ്രയോഗിച്ചിരിക്കുന്നത്. അദ്ദേഹത്തിന് തന്റെ മകളും, പ്രാണങ്ങളും, ധനങ്ങളും തുല്യരാണ്. പ്രാണനുതുല്യമെന്നും, വർത്തകനായതിനാൽ ധനങ്ങൾ തുല്യം (നിലനില്പ് ധനത്തെ ആശ്രയിച്ചാണല്ലോ) എന്നും വന്നു. അലങ്കാരം ദീപകം.

9. കല-കലാവിദ്യ. നിശിതകുശാഗ്രബുദ്ധി-നിശിതമായ (മൂർച്ചയുള്ള) ദർഭയുടെ അറ്റംപോലെ കൂർത്ത ബുദ്ധിയോടു കൂടിയവൾ (അലങ്കാരം ഉപമ). ശക്തി-ജന്മനാ ഉള്ള കഴിവ്. വിചക്ഷണലബ്ധി-വിചക്ഷണൻ -പണ്ഡിതൻ-ലബ്ധി-ലാഭം-പണ്ഡിതന്മാരുടെ ലഭിക്കൽ. ജന്മവാസനയും ശ്രേഷ്ഠാചാര്യന്മാരുടെ കീഴിലുള്ള ശിക്ഷണവും കലാഭ്യാസ

ത്തിന് അനുപേക്ഷണീയമാണ്. (ലീലയ്ക്ക്) നായികയ്ക്ക് ഇവ രണ്ടും ഉണ്ടായിരുന്നു. അവളുടെ ബുദ്ധിസാമർത്ഥ്യവും അസാമാന്യമായിരുന്നു. പിതാവ് വലിയ ധനവാനായിരുന്നതിനാൽ വിദഗ്ധന്മാരായ ആചാര്യന്മാരെ ലഭിക്കുന്നതിനും അവൾക്കു ബുദ്ധിമുട്ടുണ്ടായില്ല. അതിനാൽ വിവിധ കലകളിൽ സാമർത്ഥ്യവതിയാകാൻ അവൾക്കു കഴിഞ്ഞു എന്നു സാരം.

10. സകുതുകം-കൗതുകത്തോടുകൂടി. അഥ-അനന്തരം. മത്സരിച്ചുതാൻ -മത്സരിക്കുക തന്നെ ചെയ്തു. മികവ്-മെച്ചം. ശൈശവം-ബാല്യകാലം. പ്രകൃതി-പ്രകൃതി ശക്തി എന്ന് അർത്ഥം. അംഗകാന്തി-ശരീര സൗന്ദര്യം. സുകൃതി-ഭാഗ്യമുള്ളവൻ. വിഭൂഷണം-വിശിഷ്ടമായ അലങ്കാരം. അവളുടെ അച്ഛനും പ്രകൃതിയും അവളോടുള്ള വർദ്ധിച്ച വാത്സല്യം കൊണ്ട് കൗതുകപൂർവം പരസ്പരം മത്സരിച്ച് അവളെ അലങ്കരിച്ചു. അംഗസൗന്ദര്യം കൊണ്ടു പ്രകൃതിയും വസ്തുക്കൾ കൊണ്ട് അച്ഛനും അവളെ അണിയിച്ചു. ഇവിടെ അലങ്കാരം ദീപകം.

11. ലലിതലലിതം-അത്യന്തം മനോഹരമായി. ആർന്നു-പ്രാപിച്ചു. കുലസുത-ഉന്നതകുലത്തിൽ പിറന്നവൾ. ലലനകൾ-സ്ത്രീകൾ. ഭാഗ്യയന്ത്രം-ഭാഗ്യമാകുന്ന യന്ത്രം, വിധിചക്രം. ഉന്നതകുലജാതയായ ലീല യൗവനഗതിയെ പ്രാപിച്ചു എന്നും ഈ കാലത്തുള്ള അവളുടെ മനോവിചാരങ്ങൾ അവളുടെ ഭാവിയേയും നിയന്ത്രിക്കാം എന്നും കവി അനുമാനിക്കുന്നു.

12. വണിഗ്വരൻ-വണിക്+വരൻ-വർത്തകപ്രമാണി, ശ്രേഷ്ഠൻ. വർത്തകപ്രകരം-വ്യാപാരികളുടെ കൂട്ടം. താവളങ്ങൾ-(അവർക്ക്, വ്യാപാരികൾക്ക് യാത്രാമദ്ധ്യേ) വഴിയിൽ വിശ്രമിക്കാനുള്ള സ്ഥലങ്ങൾ. മരുഭൂമിയിലൂടെയുള്ള വ്യാപാരികളുടെ യാത്രയാരംഭിക്കുന്നതാണ് ഇവിടെ വർണ്ണിക്കുന്നത്. കഥാപാത്രങ്ങൾക്ക് ബാഹ്യലോകത്തുനിന്ന് താപം ഏല്ക്കുന്നതുപോലെ ആന്തരികമായ, പ്രത്യേകിച്ചും നായികയ്ക്ക്, താപപീഢ ആരംഭിക്കുന്നു.

13. ഉഗ്രവായു-കൊടുങ്കാറ്റ്. മഹാമരുക്കൾ-വലിയ വിശാലമായ മരുഭൂമികൾ. പടവുകൾ-വഞ്ചികൾ. അലങ്കാരം ഉപമ. കൊടിയ-വർദ്ധിച്ച; കഠിനമായ.

14. പടകുടികൾ-തുണികൊണ്ട് നിർമ്മിച്ച കൂടാരങ്ങൾ. വലാഹകം-മേഘം. വാഹനപ്പട-വാഹനങ്ങളുടെ കൂട്ടം. ഉരുസാർത്ഥവാഹകർ-വലിയ കച്ചവടസംഘം. അലങ്കാരം ഉപമ.

15. ജനത-ജനസമൂഹം. നിബന്ധനം-ആചാരാനുഷ്ഠാനങ്ങൾ. അലം-നന്നായിട്ട്. അണഞ്ഞുകണ്ട്-സമീപത്തുകണ്ട്. ബോധം-ജ്ഞാനം, അറിവ്. മോദം-ആനന്ദം.

അതികഠിനമായ വെയിലിനോടും, കൊടുങ്കാറ്റിനോടും, പൊടിപടലങ്ങളോടും (ഇവയൊക്കെ മരുഭൂമിയിൽ സാധാരണമാണല്ലോ) മല്ലിട്ട് കച്ചവടച്ചരക്കും, ആളുകളെയും വഹിച്ചുകൊണ്ട് വിശാലമായ മരുഭൂമിക ളിലൂടെ ഒട്ടകങ്ങൾ സഞ്ചരിക്കുന്നു. ഒട്ടകങ്ങൾക്ക് മരുക്കപ്പൽ എന്നൊരു നാമവും ഉണ്ട്. കാലിലൂടെ നീങ്ങുന്ന കപ്പലുകളോട് ഒട്ടകങ്ങളെ തുലനം ചെയ്തിരിക്കുന്നു.

ആകൃതിയിൽ കുന്നിനോട് സാദൃശ്യമുള്ള കൂടാരങ്ങളിൽ നിന്ന് ഒട്ടകങ്ങളോട് കൂടി ഇറങ്ങി സഞ്ചാരം തുടരുന്ന വർത്തകസമൂഹങ്ങളെ കുന്നിന്റെ ശൃംഗങ്ങളെ തഴുകി വിട്ടകന്നു പോകുന്ന മേഘങ്ങളോട് ഉപമിച്ചിരിക്കുന്നു. മരുഭൂമിയുടെ അനന്തത പോലെയുള്ള വിശാലത വ്യക്തമാകുന്നു. 13, 14, 15 എന്നീ ശ്ലോകങ്ങളിലായി മരുഭൂമിയിലൂടെയുള്ള സഞ്ചാരത്തിന്റെ വാങ്മയചിത്രം കവി വരച്ചിരിക്കുന്നു.

16. വിഭവം+അതുകണക്കെ-വിഭവം-ധനം-അതുകണക്കെ വിദ്യ-(സമ്പത്തിനു) തുല്യമായ വിദ്യ. സുഭഗത-സൗന്ദര്യം. ശോഭനം-ശോഭിക്കുന്നത്. യൗവനാഗമം-യൗവനാരംഭം. ശുഭഗുണ-ശ്രേഷ്ഠഗുണങ്ങളോടു കൂടിയവൾ. അഭിമതവാപി-ഇഷ്ടപ്പെട്ട സരസ്സ്. മുഗ്ധഹംസി-മനോഹരിയായ അരയന്നപ്പിട. സമ്പത്ത്, വിദ്യ, സൗന്ദര്യം, പുതുയൗവനം എന്നീ നന്മകൾ ഉള്ള ലീലയെ ഇഷ്ടമുള്ള സരസ്സിൽ യഥേഷ്ടം സഞ്ചരിക്കുന്ന അരയന്നപ്പിടയോടുപമിച്ചിരിക്കുന്നു. എങ്ങും ഒരു തടസ്സവുമില്ല. അനുകൂല സാഹചര്യം മാത്രം. അലങ്കാരം ഉപമ.

17. ആസന്നമായിരിക്കുന്ന എന്തോ ആപത്തിനെപ്പറ്റി ഈ ശ്ലോകത്തിൽ സൂചന നൽകുന്നു. ഉരുഭൂതി-വർദ്ധിച്ച ഐശ്വര്യം. സ്ഥിരശുഭ-സ്ഥിരമായ ജീവിതസുഖമുള്ളവൾ. പരമരുചിരം-അത്യന്തം മനോഹരം. അഹർമുഖം-പകലിന്റെ പ്രാരംഭം. അഹസ്സ്-പകൽ, ഉഷസ്സ്. ചരമധരോപരി-പശ്ചിമപർവതത്തിന്റെ, അസ്തമയ പർവതത്തിന്റെ മുകളിൽ. കാറുനില്ക്കവേ-മേഘം നില്ക്കുന്ന സമയത്ത് വർദ്ധിച്ച് ഐശ്വര്യവിലാസം കണ്ട് അത് സ്ഥിരമായതാണെന്ന് കരുതേണ്ടയാവശ്യമില്ല. അസ്തമയപർവതത്തിൽ തങ്ങിക്കൂടിയ മേഘപാളികൾ തന്നെ സഞ്ചരിച്ച് അതിവേഗം പകലിന്റെ പ്രഭയെ മായ്ച്ചുകളയാറുണ്ട്. നായികയുടെ ജീവിതത്തിലും ഈ പ്രതിഭാസം നിഴൽ പരത്താനുള്ള സാഹചര്യം കവി സൂചിപ്പിക്കുന്നു.

18. മുൻശ്ലോകത്തിൽ ഉന്നയിക്കപ്പെട്ട നിമിത്തം ശരിതന്നെ എന്ന താത്പര്യത്തിലാണ് ഈ ശ്ലോകത്തിലെ 'ശരി' എന്ന പദപ്രയോഗം. ഹതവിധി-ദുർവിധി. ലോകയാത്ര-ജീവിതമാകുന്ന യാത്ര (രൂപകം). ആടൽ ദുഃഖം. ലോകമാകുന്ന യാത്രയിൽ ദുർവിധിയാകുന്ന മേഘം നിറഞ്ഞു. ഉള്ളിൽ ദുഃഖമാകുന്ന ഇരുട്ട് പരന്ന് വലിയ കോള് ഉണ്ടായി. കന്യകയാകുന്ന ചെറുതോണി ദുഃഖം കൊണ്ട് ഉലഞ്ഞുതുടങ്ങി.

19. 18-ാം ശ്ലോകത്തിൽ സൂചിപ്പിച്ച വിനാശത്തിന്റെ വഴി ഈ ശ്ലോക ത്തിൽ വിവരിക്കുന്നു. വിജയപുരനിവാസി-വിജയപുരം എന്ന പട്ടണത്തിൽ താമസിക്കുന്നയാൾ. വർത്തകവ്രജപതി-കച്ചവടക്കാരുടെ നേതാവ്; നായകൻ. വ്രജ-സമൂഹം. കൂട്ടം എന്നും അർത്ഥം. ആ വഴി പോന്നു വന്നൊരാൾ- ആ വഴിയെ തന്നെ വന്ന ഒരാൾ. (ലീലയുടെ പിതാവ് സഞ്ചരിച്ചിരുന്ന വഴിയെത്തന്നെ സഞ്ചരിച്ചു കൊണ്ടിരുന്ന ആൾ) പ്രതീക്ഷിച്ചിരിക്കാതെയാണ് ഇവർ തമ്മിൽകണ്ടത്. സ്വജനമൊടു-സ്വന്തം ആളുകളോടൊത്ത് നിജസുതനായി-തന്റെ മകനുവേണ്ടി. വധൂകരിക്കുക-പത്നിയാകുക.

20. കമനൻ-ഇഷ്ടകാമുകൻ. അഥ-അനന്തരം. സമധനവംശൻ-ധനത്തിന്റെയും വംശത്തിന്റെയും കാര്യത്തിൽ തുല്യതയുള്ളവൻ. ഇണങ്ങും-യോജിക്കും. സമയം-മുഹൂർത്തം. അർത്ഥപാലകൻ തന്റെ മകൾക്കുവേണ്ടി തിരഞ്ഞെടുത്ത വരൻ കമനനാണ്. കന്യകയ്ക്കു സമ്മതനാണ്. ധനത്തിന്റെയും വംശത്തിന്റെയും കാര്യത്തിൽ തനിക്കു തുല്യനുമാണ്.

21. അവിഹിതം-വിഹിതമല്ലാത്തത്, ചേരാത്തത്. രക്ഷ്യർ-രക്ഷിക്കപ്പെടേണ്ടവർ; തന്റെ സംരക്ഷണയിലുള്ളവർ. അവികലം-വികലമല്ലാത്തത്, മുഴുവനായും ഉള്ളത്. പ്രഭുഭാവം-യജമാനഭാവം. അല്ലതും-അതുമല്ല. കാമ്യപരിഗ്രഹേച്ഛ-ഇഷ്ടപ്പെട്ട പരിഗ്രഹത്തിലുള്ള ഇച്ഛ. പരിഗ്രഹം-വരനോ വധുവോ ആയി സ്വീകരിക്കപ്പെടുന്ന ആൾ തന്റെ സ്വന്തം സംരക്ഷണയിലുള്ളവരോട് പൂർണ്ണമായ യജമാനഭാവം ഒരാൾക്കുണ്ടെങ്കിൽ അത് അവിഹിതമാണ്. പ്രത്യേകിച്ചും യുവജനങ്ങൾ തങ്ങളുടെ പരിഗ്രഹത്തെ തിരഞ്ഞെടുക്കുന്ന കാര്യത്തിൽ, ഇക്കാര്യത്തിൽ യുവജനങ്ങളുടെ ഹൃദയം ഏതു തരത്തിലുള്ള അധികാരത്തിനും വഴങ്ങിക്കൊടുക്കുന്നില്ല.

22. ലീലാഹൃദയം പിതൃതാത്പര്യത്തിനു അനുകൂലമായിരുന്നില്ലെന്ന് 21-ാം ശ്ലോകത്തിൽ സൂചിപ്പിച്ചു. അതിന്റെ കാരണം എന്താണെന്ന് ഈ ശ്ലോകത്തിൽ വിവരിക്കുന്നു. മദനൻ+ഇതി=മദനനിതി.

പുകഴ്ന്നു-മദനൻ എന്നു പേരുള്ളവൻ കീർത്തികേട്ടവനായി. കാമ സുന്ദരനായ അവൻ എന്നും അർത്ഥം കല്പിക്കാം. മാധുരീസദനം-മാധുര്യത്തിന് ഇരിപ്പിടം. സഖാ-കൂട്ടുകാരൻ, തോഴൻ. ഗുണോത്ത രൻ-ശ്രേഷ്ഠഗുണങ്ങളോടു കൂടിയവൻ. ഉത്തരൻ-ശ്രേഷ്ഠൻ. സദന നികടവർത്തി-സദനത്തിന്റെ നികടത്തിൽ വർത്തിക്കുന്നവൻ-ഭവന ത്തിന്റെ അടുത്ത് താമസിക്കുന്നവൻ (അയൽക്കാരൻ). മുന്നമേ- വളരെ നേരത്തെ.

അവളുടെ (ലീലയുടെ) പ്രിയൻ സൗന്ദര്യത്തിന്റെ കാര്യത്തിൽ മദനൻ എന്ന നാമത്തിന് തീർത്തും അർഹനായിരുന്നു. ശ്രേഷ്ഠഗുണങ്ങൾ ഉള്ള വനുമായിരുന്നു. അവളുടെ അയൽക്കാരനും കളിക്കൂട്ടുകാരനുമായിരുന്നു. തന്റെ മനസ്സ് അവൾ നേരത്തെതന്നെ അവന് അർപ്പിച്ചു കഴിഞ്ഞിരുന്നു. പിതാവ് തെരഞ്ഞെടുത്ത വരനായി വെറും ശരീരം മാത്രമേ ഉണ്ടായിരു ന്നുള്ളൂ.

23. ദുഹിതൃപരിണയം-ദുഹിതാവിന്റെ പരിണയം, മകളുടെ വിവാഹം. യഥാവിഹിതം-വിധിപ്രകാരം. വഴിക്കു-മാർഗ്ഗമദ്ധ്യേ. 'അഹഹ!' എന്നു പ്രയോഗിച്ചിരിക്കുന്നത് കഠിനമായ വേദനയെ സ്ഫുരിപ്പിക്കുന്നതിനാ ണ്. പിതൃനിയോഗഖിന്ന-പിതാവിന്റെ ആജ്ഞകൊണ്ടു ദുഃഖിക്കുന്ന വൾ.

24. തരുവല്ലി-വൃക്ഷത്തിൽ പടർന്ന വള്ളി. മാറ്റിടാം-ആ മരത്തിൽ നിന്ന് മറ്റൊരു മരത്തിൽ മാറ്റിപ്പടർത്താം. കഴിയുമിവ-ഇതു സാധ്യമാണ്, എളുപ്പത്തിൽ സംഭവിച്ചില്ലെങ്കിലും അല്പം ക്ലേശം കൊണ്ട് സാധിക്കാം. മനസ്വിമാർ-മനസ്വിനികളും മനസ്വികളും-ഇരുകൂട്ടരേയും സൂചിപ്പിക്കാൻവേണ്ടി-ദൃഢനിശ്ചയമുള്ള, ഹൃദയാലുക്കളായ സ്ത്രീകളും പുരുഷന്മാരും. ഒഴിവത്-വിട്ടുപോകുന്നത്. അശക്യം-അ സാധ്യം. ഊന്നിയാൽ-നന്നായി ഉറച്ചുപോയാൽ. വളരെക്കാലമായി ഒരു മരത്തിൽ പടർന്ന വള്ളിയെ ശ്രദ്ധിച്ചാൽ അടർത്തി മറ്റൊരു വൃക്ഷത്തിൽ പടർത്താം. അതുപോലെ നിശ്ചിത പാതയിലൂടെ ഒഴുകുന്ന ഒരു നദിയെയും തിരിച്ചുവിടാം. ഇവരണ്ടും വളരെ ബുദ്ധി മുട്ടുള്ളതാണെങ്കിലും സാധ്യമാണ്. എന്നാൽ മനസ്സുറച്ചുപോയ കാമി കളെ വേർപിരിക്കുക അത്ര സാധ്യമല്ല. വിരഹം അവർക്ക് അസഹ്യ മാണ്. (ഈ ശ്ലോകം വളരെ പ്രസിദ്ധമായതാണ്.)

25. ഗുരുജനവചനം-ഗുരുക്കന്മാരുടെ വാക്ക്. ഈ സന്ദർഭത്തിൽ ഗുരു ലീല യുടെ അച്ഛൻ. കുലക്രമം-സ്വന്തം കുലത്തിന്റെ ആചാരമര്യാദ.തരു ണികൾ തന്നുടെ യസ്വന്ത്രത-യുവതികളുടെ അസ്വാതന്ത്ര്യം അഥവാ

പരാധീനത. കരുതിയിവ-ഇവയൊക്കെ ഓർത്തിട്ട്. കാമിതം-ആഗ്രഹം. കരുമന-കടുത്ത ദുഃഖം. ലൗകികം-ലോകമര്യാദ. അച്ഛന്റെ തീരുമാനങ്ങളെ മറുതലിക്കുക എന്നത് സാധ്യമല്ല. വധു വിന്റെ അച്ഛൻ വരനെ കണ്ടുപിടിക്കുക എന്നത് ആചാരമര്യാദയുമാണ്. സ്ത്രീകൾ സ്വാതന്ത്ര്യമില്ലാത്തവരുമാണ്. സ്വാദിഷ്ടപ്രകാരം ഓരോന്നും ചെയ്യുക എന്നത് ശരിയുമല്ല. ഇവയൊക്കെ വിചാരിച്ചിട്ട് ലീല അവളുടെ തീവ്രാഭിലാഷം മനപീഢയോടെ ഉള്ളിലൊതുക്കി ലോകാചാരത്തിനു വഴിപ്പെട്ടു.

26. വിനയവതി-വിനയമുള്ളവൾ. ജനകഹിതം-പിതാവിന്റെ ഹിതം-ഇഷ്ടം. അനഘൻ-അഘമില്ലാത്തവൻ. അഘം-പാപം; പാപമില്ലാത്തവൻ. അനന്യരാഗനായനുകനെ-അനന്യരാഗൻ+അ+അനുകൻ. അനന്യരാഗൻ-മറ്റൊരാളിൽ. രാഗം-സ്നേഹം, ഇല്ലാത്തവൻ. അനുകൻ-കാമുകൻ. പിതൃഹിതത്തിനുവേണ്ടി തന്റെ ഹിതം ബലികഴിക്കാൻ വിനയവതിയായ ലീല ഒരുക്കമാണ്. ഇക്കാര്യത്തിൽ തന്റെ ഇഷ്ടം മാത്രമാണോ കാര്യമായി കരുതേണ്ടത്. മറ്റൊരാളുടെ (മദനന്റെ) ജീവിതംകൂടി ഇതിൽപ്പെട്ടു കിടക്കുന്നുണ്ട്. നിർമ്മലനായ അയാൾ അന്യസ്ത്രീയെപ്പറ്റി വിചാരിക്കാത്തവനുമാണ്.

27. കദനം-ദുഃഖം. മദനഗതാശയ-മദനനിൽ ചെന്നു ചേർന്ന ഹൃദയത്തോടു കൂടിയവൾ. വിദയ-ദയയില്ലാത്ത. നിയതി-വിധി. ദുസ്താരൗഘം-ദുസ്തരം-തരണം ചെയ്യാൻ വിഷമമായിട്ടുള്ളത്. ഔഘം-ഒഴുക്ക്. ആനദി-വിധിയാകുന്ന നദി. അലങ്കാരം അർത്ഥാന്തരന്യാസം. മദനനിൽ തന്റെ ഹൃദയം ഉറച്ചുപോയതിനാൽ ദുഃഖം അടക്കാൻ വയ്യാതെ അവൾ കരഞ്ഞു. പക്ഷേ, അങ്ങനെ കരയുന്നതു കൊണ്ടെന്തു ഫലം? ദുർവിധ എന്ന പുഴ ദയാഹിതവും മുറിച്ചു കടക്കാൻ വയ്യാത്തതുമാണ്. ഒടുവിൽ അച്ഛന്റെ ഹിതത്തിനു ലീല വഴിപ്പെട്ടു എന്നു സാരം.

28. സ്ഫുടം-വ്യക്തം. വകതെറ്റിയേറ്റുമക്കൊടി-തെറ്റുപറ്റി ഉയർത്തുന്ന കൊടി. ധ്വജകോടി-കൊടിമരത്തിന്റെ അറ്റം. വിവാഹമംഗളം-കല്യാണത്താലി. ഗളം-കഴുത്ത്. അനിഷ്ടദർശനം-കാണാൻ ഇഷ്ടമില്ലാത്തത്. ഇയലുക-വഹിക്കുക. ലീലയുടെ കഴുത്തിൽ കല്യാണത്താലി വീണു. താലി മംഗളസൂചകവും ഇഷ്ടദർശനവും ആണ്. പക്ഷേ, ഇപ്പോൾ അവൾക്ക് അത് അനിഷ്ടകരമായി. കാരണം അവളുടെ കഴുത്തിൽ+താലി കെട്ടേണ്ടയാൾ അയാളല്ലായിരുന്നു. കൊടിമരത്തിൽ തെറ്റായി കയറിയ കൊടിപോലെ ഇഷ്ടമില്ലാത്തവന്റെ താലി അവൾ

ധരിച്ചു. അലങ്കാരം ഉപമ.

29. സുത-പുത്രി. അകമലിഞ്ഞ്-ഉള്ളുതുറന്ന്; സ്നേഹത്തോടെ. തൽപതി -അവളുടെ ഭർത്താവ്. അതിഗുണിതം-ഏറ്റവും കൂടുതൽ. ധനി-ധന മുള്ളവൻ. ഉദധി-സമുദ്രം. ഉദകം-ജലം-ജലത്തിന് ആസ്ഥാനമായിട്ടു ള്ളയിടം. ഘനാഢ്യനാം-ഘനം-മേഘം. ആഢ്യൻ-ശ്രേഷ്ഠനായ; മേഘ ങ്ങളാൽ സമ്പന്നനായ. തന്റെ മകളോടു അതിരറ്റ വാത്സല്യം കൊണ്ട് അർത്ഥപാലകൻ, മകളുടെ ഭർത്താവിന് വർദ്ധിച്ച ധനം നൽകി. മേഘ ങ്ങൾ കൊണ്ട് സംപുഷ്ടനായ കുന്ന് നദികളിലൂടെ സുദ്രത്തിനും ജലം നൽകുന്നു. സമുദ്രം ജലപുഷ്ടമാണ്. അതുപോലെ ധനാഢ്യ നായ അർത്ഥപാലകൻ മകളോടുള്ള വാത്സല്യാതിരേകം കൊണ്ട് ജാമാതാവിന് ധാരാളം ധനം നൽകി. അലങ്കാരം- ദൃഷ്ടാന്തം.

30. പ്രണയി-പ്രണയമുള്ളവൻ. നാഥൻ-ഭർത്താവ്. അണവതിനാക്കും- ചേരുവാൻ ഇടയാക്കും. നിർഘൃണം-ഘൃണ-കരുണ; കരുണയി ല്ലാതെ. കപോതി-പെൺപ്രാവ്. (കപോതം-ആൺപ്രാവ്) കാമുകനെ വിട്ട് ഭർത്താവിനോടു ചേരാൻ വിധിക്കപ്പെടുന്നവളുടെ ഹൃദയവികാരം വിരഹിണിയായ ഒരു പെൺപ്രാവിന് ഒരുപക്ഷേ മനസ്സിലാക്കാൻ കഴി ഞ്ഞേക്കും. ലീലയുടെ സ്ഥിതിയും ഇതിനു തുല്യമാണ്. അലങ്കാരം ദൃഷ്ടാന്തം.

31. ഘനരുജ-ഘനം-കഠിനമായ; രുജ-ദുഃഖം; കഠിനമായ ദുഃഖം. ജനക വിയോഗം-അച്ഛന്റെ വേർപാട്. അഭിഹതം-അടികൊണ്ട്. പിളർന്നു പോയത്-വല്ലാതെ പീഢിപ്പിച്ചത്. അസ്തരാഗം-അസ്തം-അസ്തമി ച്ചത്; രാഗം-സ്നേഹം-സ്നേഹം നശിച്ചത് എന്നു സാരം. സ്വനം-ശ ബ്ദം. ഇയലുക-ഉണ്ടാകുക. പിതാവിന്റെ വേർപാട് അവളറി ഞ്ഞില്ല; അതവളെ വേദനിപ്പിച്ചുമില്ല. അടിച്ചു തകർക്കപ്പെട്ട ഹൃദയത്തിൽ നിന്ന് മാധുര്യം ഉയരുകയില്ല. അലങ്കാരം ദൃഷ്ടാന്തം.

32. അധികർശിതം-ദുഃഖത്താൽ കൃശമായത്, വാടിയത്. ഗതൻ-പോയ്ക്ക ഴിഞ്ഞവൻ. അഥ-അനന്തരം. നിജവിരഹാർത്തിമൂലം-തന്റെ വിരഹ ദുഃഖം കൊണ്ട്. കരുതീട്ട്-തീരുമാനിച്ചിട്ട്. പുത്രിയെ വരന്റെയൊപ്പം ആക്കിയിട്ട് യാത്രയായ അച്ഛൻ മകളുടെ മുഖത്തുകണ്ട ദുഃഖത്തിന്റെ കാരണത്തെപ്പറ്റി ആലോചിച്ചു. അത് ഇപ്പോൾ തന്നിൽ നിന്നും ഉണ്ടായ വിരഹദുഃഖം കൊണ്ടാണെന്നു തീരുമാനിച്ച് അദ്ദേഹം ആശ്വ സിക്കുകയും ചെയ്തു.

33. വരസുഖവിഭവങ്ങൾ-ശ്രേഷ്ഠങ്ങളായ സുഖസാമാനങ്ങൾ. അരുളുക -നൽകുക. നരഹൃദയം-നരന്റെ-മനുഷ്യന്റെ ഹൃദയം. ഭാവനാപരി കരം

- ഭാവനാസമൂഹം. ഭോഗം-സുഖാനുഭവം. അവളുടെ ഭർത്താവ് അവൾക്ക് ധാരാളം സുഖസാമാനങ്ങൾ നൽകി. (ഇതൊന്നും അവളെ ശാന്തയാക്കിയില്ല) മറിച്ച് കൂടുതൽ ദുഃഖിപ്പിക്കുകയേ ചെയ്തുള്ളൂ. ഇത് നരഹൃദയത്തിന്റെ സ്വഭാവവുമാണ്. സുഖദുഃഖഭാവങ്ങൾ മനസ്സിന്റെ ഭാവനയ്ക്കൊത്താണല്ലോ അനുഭവപ്പെടുന്നത്. സങ്കല്പം കൊണ്ട് ദുഃഖം സുഖമായും സുഖം ദുഃഖമായും തീരുന്നു. അലങ്കാരം -വിഷമം.

34. പിതൃകൃതൻ-പിതാവു നൽകിയവൻ. കൃതമതി-ബുദ്ധിമതി, സംതൃപ്ത. എന്തഹോഫലം-എന്താണു ഫലം! എന്ന ആശ്ചര്യം. ഭർത്താവിന്റെ ഗുണഗണങ്ങൾ കൊണ്ടൊന്നും അവൾ തൃപ്തിയായില്ല. ക്ഷിതി-ഭൂമി. ഒരു പുമാന്റെ-ഒരു പുരുഷന്റെ. സതികൾ-പതിവ്രതമാർ. (അവൾക്കുവേണ്ടി) അച്ഛൻ തേടി കണ്ടുപിടിച്ച ഭർത്താവ് പരമയോഗ്യൻ തന്നെ. അവൾക്ക് തൃപ്തിയുണ്ടാകാൻ ഇത് വേണ്ടുവോളമായിരുന്നു. പക്ഷേ, നേരെമറിച്ചാണ് സംഭവിച്ചത്. പതിവ്രതമാർ ഏകപുരുഷന്റെ ഗുണഗണങ്ങളെ മാത്രമേ മാനിക്കുകയുള്ളൂ. അതുകൊണ്ടാണ് അവൾക്ക് തൃപ്തി തോന്നാതിരുന്നത്. അലങ്കാരം അർത്ഥാന്തരന്യാസം.

35. ഘടന-ചേർച്ച. വിലാസി-വിലാസങ്ങളുള്ളവൻ. വിലാസം-ശൃംഗാരചേഷ്ട. പിടമൃഗനേത്ര-പേടമാൻകണ്ണി (സുന്ദരി). കൃപാർദ്ര-കൃപ (ദയ) കൊണ്ട് അലിവുള്ളവൾ. (നനഞ്ഞത് എന്നും അർത്ഥമുണ്ട്.) സ്ഫുടം-വ്യക്തമായി. അകം-ഹൃദയം. അകമലിയാതെ-ഹൃദയാലിവില്ലാതെ. മേവിനാൾ-അവൾ മേവി, നിലകൊണ്ടു. തടശ്ശില-നദീതടത്തിൽ സ്ഥിതി ചെയ്യുന്ന കല്ല്. തരംഗലീല-തിരയുടെ കളി. ലീലയെ അവളുടെ ഭർത്താവ് ചാടുവാക്കുകൾ കൊണ്ടും ശ്രേഷ്ഠമായ സുഖവസ്തുക്കൾ കൊണ്ടും തന്നിലേക്കാകർഷിക്കാൻ ശ്രമിച്ചു. അവന് ഇക്കാര്യത്തിൽ വേണ്ടത്ര മിടുക്കുണ്ടായിരുന്നു. പക്ഷേ, ലീലക്ക് അതിനൊത്ത് അയാളോട് പ്രതികരിക്കാൻ സാധിച്ചില്ല. പ്രണയവികാരം അയാളോട് അവൾക്ക് തോന്നിയതേ ഇല്ല. ജലാശയത്തിലുള്ള വെള്ളം തീരത്തെ പാറക്കെട്ടിനുമേൽ തല്ലിയിട്ട് ശിലയ്ക്ക് ഇളക്കമൊന്നും വരുത്താൻ സാധിക്കാത്തതുപോലെ ഭർത്താവിന്റെ വിലാസവചസ്സുകൾക്ക് ലീലയിൽ മാറ്റമൊന്നും വരുത്താൻ കഴിഞ്ഞില്ല. അലങ്കാരം ഉപമ.

36. അബ്ദം-കൊല്ലം; വർഷം. പുനരഥ-വീണ്ടും അങ്ങനെ. അതിദീർഘം -വളരെ നീണ്ട. ശ്ലോകത്തിലും കവി ലീലയെ 'ഗുണവതി' എന്നു

വിശേഷിപ്പിക്കുന്നത് ശ്രദ്ധാർഹമാണ്. നിഷ്ഠം-വ്രതം. പ്രണയജം-പ്രണയത്തിൽ നിന്നുണ്ടായത്. അഴൽ-ദുഃഖം. കാഷ്ഠ-അങ്ങേയറ്റത്തെ, പരമകാഷ്ഠ, പരമമായ അവസ്ഥ. അലങ്കാരം ദീപകം.

37. പിണയുമിനി വിപത്തശക്തയീ പ്രണയിനി-ഇതുപോലെയുള്ള പരീക്ഷണങ്ങൾ ഇനിയും തുടർന്നാൽ വിപത്തു സംഭവിക്കും. താങ്ങാനാവുന്നതിന്റെ അങ്ങേയറ്റമാണ്. പ്രണയിനി-സ്നേഹമുള്ളവൾ. ക്ഷണം-വേഗത്തിൽ. അകരുണം-കരുണയില്ലാത്തത്. അന്യവൈഭവം -മറ്റൊരു കൗശലം. ഗുണപരിണാമ പരീക്ഷകൻ-അടിയ്ക്കടി ഗുണത്തിനു വന്നുചേരുന്ന പരിണാമം എന്താണെന്ന് പരീക്ഷിച്ചറിയുന്നവൻ: വിധി-ദൈവം. വസ്തുവിന്റെ ഗുണത്തിൽ വന്നുകൂടുന്ന മാറ്റം എന്താണെന്നു പരിശോധിച്ചറിയുന്ന ശാസ്ത്രജ്ഞനെപ്പോലെയായിരുന്നു വിധി ലീലയുടെ ഗുണമാറ്റത്തെ പരീക്ഷിച്ചത്. ഒരു വിധത്തിലുള്ള പരീക്ഷണം അവസാനിപ്പിച്ചപ്പോൾ അതിലും കഠിനമായ മറ്റൊന്ന് ആരംഭിച്ചു. അതെന്താണെന്ന് ഇനിയും വരുന്ന ശ്ലോകത്തിൽ വിവരിക്കുന്നു.

38. അവളുടെ ലീലയുടെ ശയനീയശായി-കിടക്കയിൽ ഉറങ്ങുന്നവൻ. ശയനീയം-കിടക്ക. ഉണർന്നിയാതെയായ്-എഴുന്നേല്ക്കാതെയായി. ഒരിക്കലും ഉണരാത്തവിധം ഉറങ്ങി (മരിച്ചു) യുവത-യൗവനം. വിവൃത കവാട-തുറന്നുകിടക്കുന്ന അനാരതം-ഇടവിടാതെ; എല്ലായ്പ്പോഴും. മരണത്തിനു പ്രവേശിക്കാനുള്ള വാതായനങ്ങൾ എല്ലായ്പ്പോഴും തുറന്നുതന്നെ കിടക്കുന്നു. ഒരു ജന്തുവാണെങ്കിൽ ഏതു കാലത്തെങ്കിലും മരിക്കമല്ലോ. ബാല്യം, കൗമാരം, യൗവനം, വാർദ്ധക്യം എന്നിത്യാദി പ്രായ കാലഭേദങ്ങളൊന്നും മരണത്തിന് ബാധകമല്ല. അലങ്കാരം വിഷമവും അർത്ഥാന്തരന്യാസവും പറയാം.

39. അയിസുഭഗ-അല്ലയോ സുഭഗ (സുഭഗൻ-സുന്ദരൻ) രാഗം-അനുരാഗം. പ്രിയയുടെ രാഗമറിഞ്ഞതില്ല നീ-നിന്റെ പ്രിയതമയുടെ സ്നേഹം എത്രയാണെന്ന് നീ അനുഭവിച്ചറിഞ്ഞില്ല. ഇതിന് മറ്റൊരു വിധത്തിലും അർത്ഥസൂചന നൽകാം; മറ്റൊരു പുരുഷനിൽ അവൾ അനുരക്തയാണെന്ന കഥ നീ അറിഞ്ഞില്ല എന്ന്. നിയതിഹതൻ-നിയതിയാൽ ഹതനായവൻ. നിയതി-വിധി. വിധിയാൽ വഞ്ചിക്കപ്പെട്ടവൻ. അഭിമാനകൃതാർത്ഥൻ-സങ്കല്പത്തിന് വിഷയമാകാനുള്ള യോഗ്യതയൊക്കെ നിനക്കുണ്ട്. പക്ഷേ, അതനുഭവിക്കാനുള്ള യോഗമില്ല. അതറിയാതെ നീ മൃതിപ്പെട്ടിരിക്കുന്നു. വിധി നിന്നെ ക്രൂരമായി വഞ്ചിച്ചു. ഇപ്രകാരം നീ വഞ്ചിക്കപ്പെട്ടവനാണെങ്കിലും സ്വാഭിമാനം കൊണ്ട് നീ കൃതാർത്ഥനാണ്. തനിക്ക് വശയാകാൻ ഇഷ്ടപ്പെടാത്ത ഭാര്യയെ സ്പർശിച്ച

തേയില്ലല്ലോ.

40. ബന്ധുരോദനം-ബന്ധുക്കളുടെ രോദനം. രോദനം-കരച്ചിൽ. അശങ്കം -ശങ്കയില്ലാതെ. അവന്റെ യായുടൽ അവന്റെ+ആ+ഉടൽ-കോമളമാണ്. പക്ഷേ പ്രിയതമയുടെ ആശ്ലേഷം അനുഭവിക്കാത്ത അവന്റെ ആ ശരീരം. ചടുലശിഖ-ഇളകുന്ന തീജ്വാല. നിർദ്ദയയോദ്യമൻ-ദയയില്ലാത്ത പ്രയത്നത്തോടുകൂടിയവൻ. ഉദ്യമം-പ്രയത്നം. ഝടിതി-പെട്ടെന്ന്. ദഹിച്ചു ഭസ്മമായി തീർന്നു. ചിതഹുതാശനൻ-ചിതയിലെ അഗ്നി ഹോമിക്കപ്പെട്ട വസ്തുവിനെ അശനം ചെയ്യുന്നവൻ. തന്റെ വിവാഹ ശേഷം ഒരു സംവത്സരത്തോളം ആ ശരീരം താപാഗ്നിയിൽ തിരി കൊണ്ടിരിക്കുകയായിരുന്നു. എന്നിട്ടും ദഹിച്ചു പോയില്ല. ചിതാഗ്നി യാകട്ടെ പെട്ടന്നതിനെ ദഹിപ്പിച്ചു. അവന് കൂടുതൽ പ്രിയമായിത്തോന്നിയത് ജീവിതം തന്നെയായിരുന്നു. ജീവിതം ഭയമില്ലാതെ അതിനെ നീറ്റി. മരണമോ പെട്ടെന്നതിനെ ചുട്ടുചാമ്പലാക്കി.

41. വിവിധഹൃദയവൃത്തി-വിവിധ തരത്തിലുള്ള ഹൃദയവികാരങ്ങൾ. വിദ്ധ -പീഡിക്കപ്പെട്ടവൾ. വിവശത-ക്ഷീണം, തളർച്ച. വിതന്തു-വിഗതമായ തന്തുവോടു കൂടിയവൾ. തന്തു-ചരട്; മംഗല്യസൂത്രം. മംഗല്യസൂത്രം പോയവൾ, വിധവ. മൃഗയുവതി-മാൻപേട. മൃഗം-മാൻ. കിരാത മുക്ത-കിരാതനിൽ നിന്നും മോചിക്കപ്പെട്ടവൾ-കിരാതൻ-കാട്ടാളൻ; വൃകനിര-ചെന്നായ്ക്കളുടെ കൂട്ടം. ക്ഷീണിതയായ ആ വിധവ കാട്ടാളനിൽ നിന്നും മോചിതയായ ശേഷം ചെന്നായ്ക്കളുടെ മുന്നിൽ ചെന്നുപെട്ട മാൻപേടയെപ്പോലെ വിവിധങ്ങളായ ചിത്തവൃത്തികളാൽ പീഡിക്കപ്പെട്ടവളായിത്തീർന്നു. അലങ്കാരം-ഉപമ.

42. അനുമരിക്കുക-കൂടെ മരിക്കുക. സതി-പതിവ്രതമാർ. ചെറുന്നു-ലാഭിക്കുന്നു; നേടുന്നു. സരജ്ഞ-കീർത്തി. വിഭയ-ഭയമില്ലാത്തവൾ. വക്രശില-കുടിലസ്വഭാവത്തോടുകൂടിയവൾ. പാപ-പാപകൃത്യം ചെയ്തവൾ. പതിവ്രതകളായ സ്ത്രീകൾ ഭർത്താവിന്റെ ചിതയിൽ ചാടി സൽകർമ്മം അനുഷ്ഠിക്കുന്നു. അങ്ങനെ പുണ്യവും സല്ക്കീർത്തിയും സമ്പാദിക്കുന്നു. താനോ വിധവയായും, ദയയില്ലാത്തവളായും, കപടശീലയായും, പാപിനിയായും ഇവിടെ ഇങ്ങനെ കഴിഞ്ഞു കൂടുന്നു. (ഇതുമുതൽ അടുത്ത മൂന്ന് ശ്ലോകങ്ങളിലായി ലീലയുടെ മനസ്സിനെ അലട്ടിയ വിവരങ്ങളെ ആവിഷ്കരിക്കുന്നു.)

43. അശുഭങ്ങൾ-അംഗഗളങ്ങളായവ. അപവാദശരങ്ങൾ-അപവാദങ്ങളാകുന്ന അമ്പുകൾ. ഹത-മരിച്ചവൾക്ക് തുല്യ. ആശ്ചര്യത്തെ സൂചിപ്പിക്കാനായിട്ടുള്ള പ്രയോഗമാണ് 'അഹോ'! എന്നത്. പതി-ഭർത്താവ്.

അനഭിഷ്ടൻ-ഇഷ്ടപ്പെടാത്തവൻ. അലങ്കാരം-രൂപകം. തുടർന്ന് തന്നെ പ്പറ്റി പലരും പലതരം ചീത്ത വിചാരങ്ങളും വച്ചുപുലർത്തും. ഇപ്ര കാരമുള്ള ചീത്ത വിചാരങ്ങളെ മനസ്സിൽ വയ്ക്കുന്നതുകൊണ്ടു മാത്രം തൃപ്തിവരാത്ത ആളുകൾ അപവാദങ്ങൾ പറഞ്ഞുതുടങ്ങും. ദുർവിധി തന്നെ കൊല്ലാതെ കൊല്ലുകയാണ് ചെയ്യുന്നത്.

44. പരം-മറ്റുള്ള, അന്യം. അരിയകിനാവ്-നല്ല സ്വപ്നം. ഫലം-പഴം. മനഃ ഖഗ-മനസ്സാകുന്ന പക്ഷി. ഭുജിക്കുക-അനുഭവിക്കുക. ഉരുരസം-വർദ്ധിച്ച കൗതുകം. സ്വപ്നത്തിൽ ദൃശ്യമായ പഴത്തെ നോക്കി എന്ന അർത്ഥത്തിൽ 'അതു നോക്കി' എന്നു പ്രയോഗിച്ചിരിക്കുന്നു. ഏതിൽ നീ മരുവിയത്-ഏതു ഫലത്തിലാണോ നീ ഇരുന്നത്. കനി-പഴം. തന്റെ മനസ്സിനോട് ലീല ചോദിക്കുന്നു. അല്ലയോ, മനസ്സാകുന്ന പക്ഷീ, സ്വപ്നസദൃശമായ ആ സുന്ദരഫലം ഭക്ഷിക്കാൻ നിനക്ക് ഇടയാകു മോ. ഒരു അടുപ്പവും തോന്നാതെ നീ ഒരു പഴത്തിനുമേൽ ഇരിക്കുക യായിരുന്നല്ലോ. അങ്ങനെയിരുന്ന സന്ദർഭത്തിൽ നീ മറ്റൊരു പഴത്തെ പ്പറ്റി ഓർക്കുകയായിരുന്നല്ലോ. അങ്ങനെ നീ ഇരു ന്നിരുന്ന പഴം പെട്ടെന്ന് വീണുപോയല്ലോ. അലങ്കാരം-രൂപകം.

45. ഇതി-ഇപ്രകാരം. ഉഴന്നു-(വല്ലാതെ) സംഭ്രമിച്ചു. തന്മതി-അവളുടെ ബുദ്ധി. ഉരുപീഡ-വല്ലാത്ത വേദന. അതിരുജ-കഠിനമായ ഹൃദയവേ ദന. എതിരിടുമഴൽ-എത്തിച്ചേർന്ന ദുഃഖം. താങ്ങുമാരും-ആർക്കും സഹിക്കാം. ഭാവിഭയം-ഭാവിയെപ്പറ്റിയുള്ള ഭയം. ഇക്കാലംവരെയും വന്ന എല്ലാ കഠിന പീഡകളും അവൾ സഹിച്ചു. ഇനിയും വരാനിരി ക്കുന്ന സംഭവങ്ങളെക്കുറിച്ചോർത്ത് വല്ലാത്ത പീഡ അനുഭവിച്ചു. അല ങ്കാരം അർത്ഥാന്തരന്യാസം.

46. ഇളകിലും-ഇളകിയാലും. കഴിഞ്ഞ ശ്ലോകത്തിൽ പരാമർശിച്ച ആകു ലതകളെ സൂചിപ്പിച്ചുകൊണ്ട് 'ഇതുപോൽ' എന്ന് പ്രയോഗിച്ചിരിക്കു ന്നു. ഗളിതഭയം-ഭയം ഇല്ലാതായ മദനോന്മുഖം-മദനനെക്കുറിച്ചുള്ള ത്. ഉന്മുഖം-ഉയർത്തിയ മുഖത്തോടുകൂടിയത്. കള-പാഴ്ച്ചെടി. ഖിന്നം -ദുഃഖിതം. മുള-ധാന്യച്ചെടിയുടെ കിളിർപ്പ്. ചെടിയോടൊപ്പം വളരുന്ന കള പെട്ടെന്ന് പറിച്ചു മാറ്റുമ്പോൾ ചെടിയുടെ വേരുകൾക്കും ഇളക്കം തട്ടി ഒന്നു വാടുന്നു. എന്നാൽ താത്ക്കാലികമായ ഒരു വാട്ടം കളഞ്ഞ് ചെടി വേരിറങ്ങി മുളച്ചുപൊങ്ങുന്നു. അതുപോലെ തന്റെ പ്രേമസാ ധ്യതയ്ക്ക് വിഘാതമായി നിന്നിരുന്ന ഭർത്താവിനെ വിധി പെട്ടെന്ന് പറിച്ചുമാറ്റിക്കളഞ്ഞു. അപ്പോൾ ലീല ആശങ്കകൾക്കധീനയായിരുന്നു. പെട്ടെന്നുതന്നെ അതു നീങ്ങി മനോന്മുഖമായി അവളുടെ ഹൃദയം

വളർന്നു. അലങ്കാരം ഉപമ.

47. വിനയവിഹിതദുഃഖ-വിനയംകൊണ്ട് ദുഃഖത്തിനു വിഷയമായവൾ. വൈശ്യ-വൈശ്യവർഗത്തിൽ പിറന്നവൾ. അനുകൻ-കാമുകൻ. മാനസപത്നി-മനസ്സുകൊണ്ട് ഭാര്യയായവൾ. പുനഃ-കൂടാതെ; അതിനു പുറമെ. അനിന്ദ്യം-നിന്ദ്യമല്ലാത്തത്. ആ വൈശ്യവർഗത്തിൽ എന്നു സൂചിപ്പിക്കാൻവേണ്ടി 'അവരിൽ' എന്നു പ്രയോഗിച്ചിരിക്കുന്നു. അംഗനാജനം-സ്ത്രീകൾ. തന്റെ വിനയാധിക്യം ഒന്നുകൊണ്ടുമാത്രം ദുഃഖത്തിനു വിഷയമായ അവൾ നേരത്തെത്തന്നെ തന്റെ പ്രിയതമനെ മനസാ വരിച്ചിരുന്നു. പുനർവിവാഹം വൈശ്യസമുദായത്തിൽ നിഷിദ്ധവുമല്ല. അതുകൊണ്ട് അപ്രകാരം ചെയ്താൽ അതിൽ നിന്ദ്യമായിട്ടൊന്നുമില്ലതാനും.

48. വിശസനം-വലിയ ആപത്ത്. ശ്വശുരൻ-ഭർത്താവിന്റെ അച്ഛനും അമ്മയും. വല്ലവാറും-ഏതെങ്കിലും തരത്തിൽ. മദനനരികിൽ വാണുരമ്യമാം -മദനസാന്നിധ്യം കൊണ്ട് മനോഹരമായ. അതികഠിനമായ ദുഃഖത്തിൽ വലയുന്ന ഭർത്തൃമാതാപിതാക്കന്മാരെ വളരെ പ്രയാസത്തോടുകൂടി വിട്ടൊഴിഞ്ഞ് ലീല തന്റെ പ്രിയപട്ടണമായ ഉദയപുരിയിലേക്കു മടങ്ങിപ്പോയി.

49. പരിജനം-സഹായികൾ. തണ്ട്-പല്ലക്ക്. അഖേദം-ഖേദമില്ലാതെ. ഉത്സുക-ഉത്സാഹമുള്ളവൾ. ഒരു വഴിയെ 'ഒഴുക്കു കാറ്റുമായ്-ഒഴുക്കും കാറ്റും ഒരേ വഴിക്കായി. ത്വര-ഖേദം. ഭർത്താവു മരിച്ച ലീലയെ അവളുടെ ശ്വശുരർ പല്ലക്കിൽ കയറ്റി എല്ലാ പരിവാരങ്ങളോടും ചേർന്ന് അവളുടെ ഭവനത്തിലേക്കു തിരിച്ചയച്ചു. സന്തോഷത്തോടും ഉത്സാഹത്തോടും കൂടിയാണവൾ പുറപ്പെട്ടത്. കാറ്റും ഒഴുക്കും ഒരേ വഴിക്കുള്ള ജലാശയത്തിലൂടെ സഞ്ചരിക്കുന്ന ചെറുതോണി പോലെയായിരുന്നു അവളുടെ മനസ്സ് അപ്പോൾ. കാരണം തന്റെ അയലത്താണല്ലോ പ്രിയതമൻ അധിവസിക്കുന്നത്. അലങ്കാരം ഉപമ.

50. ലക്ഷ്യമായ്-കാണാറായി. ചിരവിധുരം-വളരെ നാളായി അകന്നിരിക്കുന്നത്. പിതൃസൗധം-പിതാവിന്റെ മാളിക. ഉഴറി-തിടുക്കപ്പെട്ടു. തൃഷ്ണ -അത്യാശ. മദനാകൃതി-മദനന്റെ ആകൃതി. ഏറെക്കാലമായി അകന്നിരുന്ന പിതൃഭവനത്തിലെത്തിയപ്പോൾ അച്ഛനെയോ, അമ്മയെയോ കാണാനല്ല ലീല തിടുക്കം കാട്ടിയത്. മദനനെ കാണാനാണ് തിടുക്കപ്പെട്ടത്.

51. പുനഃ-പിന്നീട്. ഉരുദമം-വർദ്ധിച്ച അടക്കം. ദമം-മനസ്സിന്റെ ആശകളെ അടക്കുക. ശൈശവ ഭാവനീത-ചെറുപ്പകാലങ്ങളിലുള്ള സങ്കല്പ

ത്താൽ നയിക്കപ്പെടുന്നവൾ. ഇടരാർന്നു-ദുഃഖിച്ചുകൊണ്ട് ഗുണവതിയായ അവൾ, മദനനെപ്പറ്റിയുണ്ടായ വിചാരം കുറേനേരത്തേക്ക് അടക്കിവച്ചു. ശിശുക്കൾ ഏറ്റം ഇഷ്ടപ്പെടുന്നത് തങ്ങളുടെ മാതാപിതാക്കന്മാരെയാണല്ലോ. പിന്നെ ഒരു ശിശുവിനെപ്പോലെ അവൾ തന്റെ മാതാപിതാക്കന്മാരെക്കുറിച്ചോർത്തുനിന്നു. അലങ്കാരം ഉപമ.

52. ചിരവിരഹിതർ-വളരെക്കാലമായി വിട്ടുപിരിഞ്ഞിരിക്കുന്നവർ. വിരവൊട്-പെട്ടെന്ന്. അശ്രു-കണ്ണുനീർ. ഹൃഷ്ടരായ്-സന്തുഷ്ടരായി. ചരിതം-ചരിത്രം. ഖിന്നർ-ദുഃഖിതർ. വളരെക്കാലം പിരിഞ്ഞിരുന്നതിനുശേഷം പിന്നെയും തന്നെ കാണുമ്പോൾ സന്തോഷിക്കുകയും തന്റെ ഭർത്താവിന്റെ മരണവൃത്താന്തമറിയുമ്പോൾ ദുഃഖിക്കുകയും ചെയ്യുന്ന അച്ഛനമ്മമാരെപ്പറ്റി അവൾ ഓർത്തു.

53. ബഹുതരം-ബഹുവിധമായ, പലതരത്തിലുള്ള. ഭാഗ്യമഗ്ന-ഭാഗ്യങ്ങളിൽ മുഴുകിയവൾ. ഹതദൈവ-ഭാഗ്യമില്ലാത്തവൾ. ഇവ്വണ്ണം-ഇപ്രകാരം. സ്ഥിതിയിതിന്-ഇപ്പോഴത്തെ ഈ സ്ഥിതിയ്ക്ക്; ഈ ദുഃസ്ഥിതിയ്ക്ക്. ഓർപ്പതുമോർത്തുമില്ലിവൾ-ഇവൾ ഓർക്കുന്നില്ല, ഓർത്തിട്ടുമില്ല. ബഹുവിധങ്ങളായ ഭാഗ്യസൗകര്യങ്ങളിൽ മുഴുകിക്കഴിഞ്ഞിരുന്ന ഇവളുടെ സ്ഥിതി ഇപ്പോൾ ഇപ്രകാരമായി. വിധി അവളെ വല്ലാതെ വഞ്ചിച്ചിരിക്കുന്നു. ഇതിനൊക്കെ കാരണക്കാരൻ തന്റെ അച്ഛനാണെന്നു വേണമെങ്കിൽ പഴിക്കാം. പക്ഷേ അവൾ പറയുന്നതിപ്രകാരമാണ്, 'പ്രിയപ്പെട്ട അച്ഛാ! അച്ഛനാണിതിനൊക്കെ കാരണം എന്നു ഞാൻ കരുതുന്നില്ല; കരുതിയിട്ടുമില്ല; എന്ന്. ഇതൊക്കെ വിധിയുടെ ബലംകൊണ്ടു സംഭവിച്ചു പോകുന്നതാണെന്നവൾ വിശ്വസിക്കുന്നു.

54. തരുണി-യുവതി. ചാരിത്രശുദ്ധിയെ സൂചിപ്പിക്കാൻ വേണ്ടിയാണ് 'വിശുദ്ധി' എന്നുമാത്രം പ്രയോഗിച്ചിട്ടുള്ളത്. അബല-ബലമില്ലാത്തവൾ; സ്ത്രീ. അപ്രകാരമുള്ള ചാരിത്രത്തെ ലാക്കാക്കിയാണ് 'അതിന്' എന്ന് പ്രയോഗിച്ചിരിക്കുന്നത്. ഭംഗം-ഉടവ്, നാശം. ഘോരൻ-കഠിനൻ. അബലയായ സ്ത്രീയുടെ താരുണ്യദശയിലെ ഏകബലം അവളുടെ ചാരിത്രശുദ്ധിയാണ്. അതിന് ഉടവ് വരുത്തി തന്നെ ഇല്ലാതാക്കാൻ തയ്യാറായ വിധി എത്ര ക്രൂരനാണ്.

55. പ്രഭൂത-പ്രഭുവിന്റെ അവസ്ഥ, ആധിപത്യം. അഭിജനങ്ങൾ-ശ്രേഷ്ഠകുലത്തിൽ ജനിച്ചവൻ. സങ്കടദേശചര്യമേ-ദുഃഖമുണ്ടാക്കുന്ന നാട്ടാചാരം, ദേശചര്യം, നാട്ടുനടപ്പ്. അഭയമണവു-അഭയം+അണവു-ആശ്രയിക്കുന്നു. പ്രഭവം-ഉത്പത്തിസ്ഥാനം. അനർത്ഥപരമ്പര-അനർത്ഥങ്ങൾ കൂട്ടത്തോടെ ഒന്നിനുപുറകെ ഒന്നായി വരുന്നത്. വന്നുകൂടിയ

അനർത്ഥങ്ങളൊക്കെ കൊണ്ടുവന്നത് വിധിയല്ല; മറിച്ച് ദേശാചാരങ്ങളാണ്. അതിനാണ് ആധിപത്യമുള്ളത്. നാട്ടുമര്യാദകളൊക്കെ ഉല്ലംഘിക്കാൻ ആരും കൂട്ടാക്കുന്നുമില്ല. അതിനെ ആശ്രയിക്കയാണ് ചെയ്യുന്നത്. ഇപ്രകാരം അധികാരം സ്ഥാപിച്ചിരിക്കുന്ന നാട്ടുമര്യാദകൾ മനുഷ്യരെ രക്ഷിക്കുന്നതിനു പകരം ധാരാളം അനർത്ഥങ്ങളെ വരുത്തിവയ്ക്കുന്നു.

56. അകതളി-ഇളം തളിർപോലെ ലോലമായ മനസ്സ്. ധീവികലത-ബുദ്ധിയുടെ വൈകല്യം. അകരുണം-ദയയില്ലാതെ; കരുണയില്ലാതെ. അനവദ്യലോകർ-പരിശുദ്ധരായ മനുഷ്യർ. അനവദ്യം-നിഷ്കളങ്കം. പിശാചവൃത്തി-പിശാചിന്റെ പ്രവൃത്തി. വൃത്തി-കർമ്മം. ഇളംതളിരുപോലെ ലോലമായ മനസ്സുകളെ, അല്ലയോ നാട്ടാചാരമെ നീ അറുക്കുന്നു. നീ അവരെ ഉന്മാദാവസ്ഥയിലാക്കി വിഷമിപ്പിക്കുന്നു. കൂടാതെ, പിശാചിനെപ്പോലെ ദുഷ്കൃത്യങ്ങൾ ചെയ്ത് പരിശുദ്ധരായ മനുഷ്യരെ നീ ഹീനമായി കൊല്ലുന്നു. നാട്ടാചാരം ലീലയെയും, മദനനെയും, ലീലയുടെ ഭർത്താവിനെയും ഒരുപോലെ ദുഃഖിപ്പിച്ചു.

57. ഇതി-ഇതുപോലെ. ഭയശോകരാഗസംകലം-ഭയം, ദുഃഖം, സ്നേഹം ഇവ ഒന്നായി ചേർന്നുള്ളത്. ചലഹൃദയം-ചഞ്ചലമായ മനസ്സ്. ഇയന്നു-വഹിച്ചു. ചിത്രം-വിവിധ നിറങ്ങളോടുകൂടിയത്. ജലധരകാലം-മഴക്കാലം. ഇപ്രകാരം, ഭയം, ദുഃഖം, സ്നേഹം എന്നീ ബഹുവിധ വികാരങ്ങൾ ഇടകലർന്നു അവളുടെ ചഞ്ചലഹൃദയം പല നിറങ്ങളുള്ള മഴക്കാല മേഘത്തോടുകൂടിയ ദിവസത്തെ സന്ധ്യയുടെ രീതിയിലായിത്തീർന്നു.

58. അഥ-അനന്തരം. ശിബിക-പല്ലക്ക്. ദ്രുതം-വേഗത്തിൽ. ഗതോത്സവം-സന്തോഷമില്ലാത്തത്. വ്യഥ-വ്യസനം. ഭൃതകർ-ഭൃത്യന്മാർ. പിതാക്കൾ-മാതാപിതാക്കൾ. അവളുടെ ഗൃഹത്തിന്റെ വാതില്ക്കൽ പല്ലക്കിറക്കി. ശ്രദ്ധിച്ചപ്പോൾ ഭവനത്തിലെ ആനന്ദോത്സവ ഘോഷങ്ങളൊക്കെ അസ്തമിച്ചിരിക്കുന്നതായി കണ്ടു. വ്യസനം മാറ്റി അകത്തു കടന്നപ്പോൾ മാതാപിതാക്കൾക്കുപകരം വന്നണഞ്ഞത് ഭൃത്യന്മാരാണ്.

59. പരിജനം-ഭൃത്യജനം. ഉരചെയ്യുക-പറയുക. ചിതാഗ്നിയാം സരസ്സി-ചിതയിലെ തീയാകുന്ന തടാകം. ജനിത്രി-അമ്മ. ഭൃത്യന്മാർ അവളോട് ഇപ്രകാരം പറഞ്ഞു: അച്ഛൻ മരിച്ച് ഒരു മാസത്തോളമായിരിക്കുന്നു. വർദ്ധിച്ച ദുഃഖം സഹിക്കാനാവാതെ അമ്മ, അച്ഛന്റെ ചിതയാകുന്ന തടാകത്തിൽ ചാടിമരിച്ചു.

60. പരമഴൽ-വർദ്ധിച്ച ദുഃഖം. ഓതുക-പറയുക. പരഭയം-മറ്റ് ആപത്തുകൾ. ദൃഢരാഗബന്ധം-ഉറച്ച സ്നേഹബന്ധം. അദൃശ്യബന്ധു-കാണാനാവാത്ത ബന്ധു. കഠിന ദുഃഖകാരണങ്ങളൊക്കെ ലീലയ്ക്കുണ്ടായല്ലോ. അവളുടെ ദുഃഖത്തെ ഒരു വിധത്തിലും വർണ്ണിക്കാൻ സാധ്യമായിരുന്നില്ല. ദുഃഖസമുദ്രത്തിൽ നിന്നും അവളെ മോചിപ്പിക്കുവാൻ ഒരു ബന്ധുവുണ്ട്. അദൃശ്യനായ ഒരു ബന്ധു. സുദൃഢമായ അനുരാഗം. അലങ്കാരം അർത്ഥാന്തരന്യാസം.

61. അവികലം-സമ്പൂർണ്ണം. അവധിവെടിഞ്ഞ-അവധിയില്ലാത്ത. പിതൃസ്വം-പിതാവിന്റെ സ്വത്ത്. സഖിസമാഗമം-സഖിയുമായുള്ള കൂടിച്ചേരൽ. പിതാവിന്റെ അനവധിയായ ധനം ലീലയ്ക്കു വന്നു ചേർന്നു. ഇതിലൊന്നും അവൾക്ക് സംതൃപ്തി തോന്നിയുമില്ല. അവളെ ആശ്വസിപ്പിച്ച ഏകഘടകം അവളുടെ പ്രിയതോഴിയായ മാധവി വന്നതാണ്.

62. ചിരവിരഹം-ദീർഘകാലമായുള്ള വേർപാട്. വിരസതരം-കൂടുതൽ വിരസമായത്. തന്റെ തോഴിയായ മാധവിയുടെ സമാഗമം ദീർഘമായ വിരഹത്തെ തെല്ലൊന്നകറ്റി. എങ്കിലും പെട്ടെന്ന് അവളിൽ നിന്ന് കേട്ട മദനവൃത്താന്തം കൂടുതൽ വേദനിപ്പിക്കുന്നതായിരുന്നു.

63. പ്രതിഹതികൾ-പ്രതിബന്ധങ്ങൾ, തിരിച്ചടികൾ. അഭിഷ്ടനാംപതിയുടെ വേഴ്ച-ഇഷ്ടപ്പെട്ട ഭർത്താവുമായുള്ള ബന്ധം. ചതുര-സാമർത്ഥ്യമുള്ളവൾ. മുതിരുക-തയ്യാറാകുക. ഇതുവരെ നേരിട്ട തടസ്സങ്ങളത്രയും മാറി. തനിക്കേറ്റം ഇഷ്ടപ്പെട്ട ഭർത്താവിനോട് ചേരുവാൻ അവൾ ഏറെ കാംക്ഷിച്ചിരുന്നു.

64. അപഥ-തെറ്റായ പഥം. പഥം-മാർഗം. അപര-മറ്റൊരുവൾ. അപകൃതൻ-അപകാരം ചെയ്യപ്പെട്ടവൻ. അപരകാരം-ഉപദ്രവം. അപചയം-ക്ഷയം. താൻ സ്നേഹിച്ചിരുന്ന സുന്ദരി തന്നെ ഉപേക്ഷിച്ച് മറ്റൊരുവന്റെ കൂടെപോയി എന്ന കാരണത്താൽ അവളോട് അവന് സ്വാഭാവികമായും തോന്നാവുന്ന വൈരാഗ്യംകൊണ്ട് അപഥത്തിൽ ചരിക്കാൻ ഇടയുണ്ട്. എന്നാൽ മദനൻ അങ്ങനെയൊന്നും ചെയ്തില്ല. മറ്റൊരുവളെ സ്വീകരിക്കുന്നതിനെപ്പറ്റി ആലോചിച്ചുമില്ല.

65. അരിയ-ഇഷ്ടപ്പെട്ട. നിജാലയം-സ്വഗൃഹം. പുരി-പട്ടണം. പുരിയവനെ കണ്ടില്ല-ആ പട്ടണത്തിൽപ്പിന്നെ അവൻ കാണപ്പെട്ടില്ല. യാത്രയ്ക്കിടയിലാണല്ലോ ലീലയുടെ വിവാഹം അർത്ഥപാലൻ നടത്തി ച്ചത്. ആ തവണത്തെ സഞ്ചാരം കഴിഞ്ഞ് മടങ്ങിയെത്തിയപ്പോൾ അയാളുടെ കൂടെ മകൾ ഇല്ലായിരുന്നു. അപ്പോഴാണ് മദനനും അവളുടെ

വിവാഹവൃത്താന്തം അറിയുന്നത്. പിന്നെ ആ പട്ടണത്തിൽ അയാളെ കണ്ടിട്ടേയില്ല.

66. വികലബുദ്ധി-വികലമായ ബുദ്ധിയുള്ളവൻ, ഭ്രമം ബാധിച്ചവൻ. സഖാക്കൾ-കൂട്ടുകാർ. ലീലയുടെ വിവാഹവാർത്ത കേട്ട മദനന് പിന്നീട് ചെറിയ തോതിൽ ഭ്രാന്തുവന്നവനെപ്പോലെയായത് അവന്റെ കൂട്ടുകാരും കണ്ടതാണ്. അതിനുശേഷം അവനെപ്പറ്റി യാതൊരു വർത്തമാനവും അവർക്കറിയില്ല.

67. വിധുരത-വേർപാട്, പാരവശ്യം. ശൂന്യഭാണ്ഡം-ഒഴിഞ്ഞ കെട്ട്. ധൃതി -ധൈര്യം. തടവുക-തലോടുക; (ധൈര്യത്തെ) പ്രാപിക്കുക എന്നർത്ഥം. ച്യുതി-നാശം. ച്യുതിയാർന്നിടാം-നശിച്ചുപോകാം. പേയം -പാനീയം. നായികയോടു അല്ലയോ പതിവ്രതേ, നീ അങ്ങേയറ്റം പാരവശ്യത്തോടെ അന്വേഷിച്ച ആ നിധി ഇപ്പോൾ ഒരു ശൂന്യഭാണ്ഡമായിത്തീർന്നിരിക്കുന്നു. നീ ധൈര്യം പ്രാപിച്ചാലും അധരങ്ങളോടടുത്ത ആ പാനീയം കുടിക്കുന്നതിനു മുമ്പുതന്നെ നഷ്ടപ്പെടാം.

68. ഇടർ-ദുഃഖം. അവധി-ഒഴിവ്, അവസാനം. സ്ഥിരശീല-സുസ്ഥിരമായ സ്വഭാവമുള്ളവൾ. മഹാനിപാത-വളരെ ശക്തിയോടെ താഴോട്ടു പതിക്കുന്ന. നിപാതം-വീഴ്ച, പതനം. തടിനി-നദീതടങ്ങളുള്ളത്, നദി തന്റെ കഠിനമായ ദുഃഖങ്ങൾക്ക് അറുതി വരുത്തുവാൻവേണ്ടി സ്ഥിരസ്വഭാവമുള്ള അവൾ തന്റെ ജീവിതം പിന്നെയും തുടരുകയാണ്. സ്വച്ഛമായി ഒഴുകുന്ന നദിയുടെ ഒരു ഘട്ടത്തിൽ ഉണ്ടാകാവുന്ന വെള്ളച്ചാട്ടവും കഴിഞ്ഞ് പിന്നെയും ശാന്തമായി ഒഴുകുന്നതുപോലെ. അലങ്കാരം ഉപമ.

69. പ്രവൃദ്ധം-വളരെ വർദ്ധിച്ചത്. പ്രിയത-പ്രേമം. അകതാര്-മനസ്സ്, ഹൃദയം. അഞ്ജസാ-വേഗത്തിൽ. നിയതം-എല്ലായ്പ്പോഴും; നിരന്തരം. നിയതമകന്നു-സ്ഥിരമായി അകന്നു. ജനാവലോകനം-ജനങ്ങളുടെ കാഴ്ച. തന്റെ പ്രിയതമനെപ്പറ്റിയുള്ള വാർത്ത കേട്ടപ്പോൾ അവനിൽ അവൾക്കുള്ള സ്നേഹം വർദ്ധമാനമായി. ജനങ്ങൾ അവനെ കാണുന്നതും അവൻ ജനങ്ങളെ കാണുന്നതുമായ കാര്യം മുടങ്ങിപ്പോകാൻ കാരണക്കാരി അവളാണല്ലോ. മദനന്റെ ഇപ്പോഴത്തെ അവസ്ഥക്കു കാരണക്കാരി അവളാകയാൽ അവളുടെ ഉള്ളിലുദിച്ച അനുരാഗത്താൽ അവളതിനു പരിഹാരം ചെയ്തു.

70. പ്രണയി-പ്രണയത്തോടുകൂടിയവൻ. നിയതരാഗപാത്രം-സ്ഥിരമായിട്ടുള്ള സ്നേഹത്തിനു പാത്രം. പ്രണയിനി-പ്രണയത്തോടുകൂടിയ വൾ. ഗുണനിധി-ഗുണങ്ങളുടെ ഇരിപ്പിടം. ഗണന-(കണക്കുകൂട്ടൽ) ബഹു

മാനം. പ്രിയതമൻ അപരാധിയാണെങ്കിലും പ്രിയയുടെ സ്ഥിരരാഗത്തിന് വിഷയമാണ്. അങ്ങനെയാണെങ്കിൽ ഗുണങ്ങൾക്ക് ഇരിപ്പിടമായ അവനെക്കുറിച്ച് (മദനൻ) അവൾക്ക് എന്തുമാത്രം ആദരവു തോന്നിക്കാണും. അലങ്കാരം അർത്ഥാപത്തി.

71. അവിരളം-വിരളമല്ലാത്ത, ധാരാളമായി. കുലനായിക-ശ്രേഷ്ഠകുലത്തിൽ പിറന്നവൾ. അവിഹിതത-വിഹിതമല്ലായ്ക, അയോഗ്യത. യവനിക-തിരശ്ശീല. പിതൃശോകസംഗതി-പിതൃദുഃഖം എന്ന കാര്യം. പിതൃശോകം-പിതാവ് മരിച്ചതിലുള്ള ദുഃഖം. ശ്രേഷ്ഠകുലത്തിൽ പിറന്നവളായ ലീല അനന്തരം ധാരാളമായി കണ്ണുനീർതൂകി കാലം കഴിച്ചു. പിതാവു മരിച്ചതിലുള്ള ദുഃഖം കൊണ്ടാണ് താൻ കരയുന്നതെന്ന മറ വിഹിതമല്ലാത്ത മാറാദുഃഖത്തിൽ നിന്ന് (മദനനെ കാണാത്തതിലുള്ള ദുഃഖം) അവളെ മറച്ചു രക്ഷിച്ചു.

72. പ്രഥിതർ-പ്രസിദ്ധർ. ഹരിക്കുക-കവർന്നെടുക്കുക. വ്യഥിത-ദുഃഖിത. ഉഡുഗണങ്ങൾ-നക്ഷത്രങ്ങളുടെ കൂട്ടം. ഉഡു-നക്ഷത്രം. ചൂഴുക-ചുറ്റിനിൽക്കുക. ഗതവിധു-ചന്ദ്രനെപ്പിരിഞ്ഞവൾ. നിശ-ഇരവ്, രാത്രി. വാണിവൾ-ഇവൾ വാണു. വളരെ പ്രസിദ്ധന്മാരായ ധാരാളം യുവാക്കൾ അവളുടെ മനസ്സെങ്ങനെയെന്നറിയാതെ അവളുടെ ഉള്ള് കവരാൻ ശ്രമം നടത്തി. ചുറ്റും ധാരാളം നക്ഷത്രങ്ങളുണ്ടെങ്കിലും ചന്ദ്രനെ വിട്ടുപിരിഞ്ഞ രാത്രിയെപ്പോലെ അവൾ ഖിന്നയായിത്തന്നെ കഴിഞ്ഞു. അലങ്കാരം ഉപമ.

73. അസുലഭവസ്തു-ലഭിക്കാൻ വിഷമമുള്ള വസ്തു. മതികെടുമാറ്-ബുദ്ധി തകരുന്ന മട്ടിൽ. മാഴ്കുക-ദുഃഖിക്കുക. വിഭുഷി-അറിവുള്ളവൾ. ഹൃദയികൾ-ശ്രേഷ്ഠഹൃദയമുള്ള ആളുകൾ. അസുലഭമായ വസ്തുവിനെ കാംക്ഷിച്ച് ബുദ്ധിമതിയായ അവളുടെ മനസ്സു തകർന്നു പോകുന്ന വിധത്തിൽ എത്ര കാലം ദുഃഖിച്ചിരിക്കും. ബുദ്ധിമതികൾക്ക് ഇത് ചേർന്നതുമല്ല. ആലോചിച്ചു നോക്കിയാൽ ഹൃദയശാലികൾ ചരിതാർത്ഥരാകുന്നത് ഇങ്ങനെയാണ്.

74. വിലയെഴുക-വിലപിടിപ്പുള്ള. അത്തൽ-ദുഃഖം. തുലയുവത്-തീർന്നു പോകുന്നത്. വിലസുക-ശോഭിക്കുക. വിലപിടിപ്പുള്ള അനുരാഗം കേവലമായ ദുഃഖംകൊണ്ട് നശിച്ചു പോവുകയില്ല. എന്നാൽ പിന്നെയും പിന്നെയും അടിയേറ്റ് ശോഭിക്കുന്ന വെള്ളിപോലെയും ഉലയിൽവച്ച് ഊതിത്തെളിയുന്ന സ്വർണ്ണം പോലെയും കൂടുതൽ തെളിയും.

75. പെൺകൊടി-വള്ളിപോലെയുള്ള പെൺകുട്ടി. അനുവാസരം-ദിവസം

തോറും. ഏവം-ഇപ്രകാരം. തൽപ്രിയനെ-തനിക്ക് പ്രിയപ്പെട്ടവനെ. വലഞ്ഞാൾ-ക്ഷീണിച്ചു. വിദഗ്ധയിഷ്ട തോഴി-തനിക്കിഷ്ടപ്പെട്ടവളും സാമർത്ഥ്യവതിയുമായ തോഴി. ശ്രുതി-വേദം. ദൂരലീനമാകുംഭാവം-വിദൂരതയിൽ ലയിച്ചിരിക്കുന്ന ഭാവം. പ്രണിഹിത-ഏല്പിക്കപ്പെട്ട. നല്ല വണ്ണം ഉറപ്പാക്കിയ ഏകാഗ്രത എന്നു സാരം. ലതാശാഖപോലെ ലോലമോഹനമായ ലീല നാൾക്കുനാൾ ക്ഷീണിച്ചുവന്നു. ഈ പെരുത്ത ദുഃഖം കൊണ്ട് നിഗൂഢമായ വേദനപ്പൊരുൾ അന്വേഷി ക്കുന്ന ബുദ്ധിയെപ്പോലെ മദനനെ അന്വേഷിച്ചിറങ്ങി. അലങ്കാരം ഉപ മ.

76. കണ്ടൊടുവിൽ-അവസാനം കണ്ടെത്തി. സ്ഥിരാശ്രുത-സ്ഥിരമായി ആശ്രുതത്ത്വമുള്ളവൾ. ആശ്രുതം-വാഗ്ദാനം (വാക്കുപാലിക്കുന്ന വൾ). അബ്ദികസുതിഥി-വർഷത്തിലൊരിക്കൽ മാത്രം സംഭവിക്കു ന്നത്. അബ്ദം-വർഷം. സുതിഥി-സുദിനം. പോന്നെത്തിനാൾ-അവൾ വന്നെത്തി. ചിരാർദ്ദിത-വളരെക്കാലമായി ക്ലേശിക്കുന്നവൾ. വരാംഗി-ശ്രേഷ്ഠമായ അംഗത്തോടുകൂടിയവൾ; സുന്ദരി. വാങ്മധു-വാക്കാ ക്കുന്ന തേൻ. കാവ്യാരംഭത്തിൽ "ഞാൻ നിന്റെ സഖി, മാധവി" എന്ന് പറയുന്ന അതേ തോഴിയെ തന്നെയാണ് 'ഇത്തോഴിതാൻ' എന്നു പ്രയോഗിച്ചിരിക്കുന്നതുകൊണ്ട് ഉദ്ദേശിച്ചിട്ടുള്ളത്. മദനനെ അന്വേഷിച്ച് കണ്ടുപിടിക്കും എന്ന് വാഗ്ദാനം ചെയ്ത മാധവി (തോഴി) ഒരു വർഷം മുഴുവൻ അയാളെത്തേടി നടന്നു. അവസാനം അവൾ അയാളെ കണ്ടെ ത്തി. വർഷത്തിൽ ഒരുതവണ മാത്രം വന്നുകൂടുന്ന ഒരു സുദിനത്തെ പ്പോലെ നിശയുടെ ഏകാന്തതയിൽ അവൾ ലീലയുടെ സവിധത്തി ലെത്തി. ദീർഘമായ വിരഹത്താൽ പീഢയനുഭവിച്ചുകൊണ്ടിരുന്ന ലീല ആ രാത്രിയിൽ ചന്ദ്രികയിൽ മുങ്ങി കിടക്കുകയായിരുന്നു. അപ്ര കാരം കിടന്നിരുന്ന ആ വാരാംഗിയെ സമീപിച്ച് വാക്കാകുന്ന തേൻ ചൊരിഞ്ഞു.

ശ്ലോകം 1 മുതൽ 74 വരെ വൃത്തം അവരവക്ത്രം
ലക്ഷണം: നനരലഗമതൊറ്റയിൽ സമേ
നമപരവക്ത്രമതാം ജജംരവം.

75-ാം ശ്ലോകം-പ്രഹർഷിണി-ത്രിച്ഛിന്നം
മനജരഗം പ്രഹർഷിണിക്ക്
76-ാം ശ്ലോകം-പൃഥ്വി-ജസംജസയലങ്ങളും ഗുരുവുമെട്ടിനാൽ
പൃഥ്വിയാം.

രണ്ടാം സർഗം

കാവ്യത്തിന്റെ ഒന്നാം സർഗത്തിലെ പ്രഥമ ശ്ലോകത്തിൽ തോഴിയായ മാധവി ലീലയ്ക്ക് ശുഭമാശംസിച്ചു കൊണ്ട് 'ഉണ്ടൊരു ദിക്കിൽ നിൻ പ്രിയൻ', 'നെടുമോഹനിദ്ര വിട്ടുണരുക' എന്നു പറയുന്നുണ്ടല്ലോ. ആ നെടു മോഹനിദ്ര വിട്ടുണരുന്നതായി രണ്ടാം സ്വർഗ്ഗത്തിലെ ഒന്നാം ശ്ലോകം ആരം ഭിക്കുന്നു. 'മൊഴി കേട്ടിമവെട്ടി എന്നാണല്ലോ ശ്ലോകം തുടങ്ങുന്നതുതന്നെ.

1. മൊഴി-വാക്ക്. ഇമ-കൺപീലി. വീർത്ത്-വീർപ്പ്; നെടുവീർപ്പ്. മിഴി ചാച്ച്-ഒരു വശത്തേക്കുചരിച്ച നോട്ടം. അമ്പൊട്-സ്നേഹത്തോടെ. അഴൽനീക്കും-ദുഃഖത്തെ അകറ്റും. ആർത്തി-ദുഃഖം. പത്മിനി-താമര ച്ചെടി. തോഴിയായ മാധവിയുടെ ('പ്രണയവരവശേ' എന്ന) മൊഴി കേട്ടയുടനെ വിരഹതാപത്തിലാണ്ടു കിടന്നിരുന്ന ലീല പെട്ടെന്ന് ഉണർന്നു. ഇമവെട്ടി ചരിഞ്ഞ മിഴികൾ കൊണ്ട് സ്നേഹത്തോടെ അവൾ തോഴിയെ നോക്കി. ദുഃഖത്തെ അകറ്റുന്ന ഉഷസ്സിനെ ദീന ദീനമായി നോക്കുന്ന താമരപ്പൂവിനെപ്പോലെ ആ സുന്ദരി (ലീല) മാധ വിയെ നോക്കി. അലങ്കാരം-ഉപമ.

2. സമഭിജ്ഞ-സ്മരണ, ഓർമ്മ. വിസ്മൃതക്ലമ-ക്ലമം വിസ്മൃതമായവൾ; ക്ലമം-ക്ഷീണം. വിസ്മൃത-മറന്നവൾ, ക്ഷീണം മറന്നവൾ. കൈത്താ രുകൾ-പുഷ്പംപോലെ മൃദുവായ കൈകൾ. സമസൗഹൃദ- സമമായ സ്നേഹത്തോടു കൂടിയവൾ. സൗഹൃദം-സ്നേഹം. അംഗം-ശരീരം. ഉന്നമനോൽക്കം-എഴുന്നേൽക്കാൻ ഒരുങ്ങിയ. തന്റെ തോഴിയുടെ മൊഴി കേട്ടയുടനെ ലീലയ്ക്ക് പൂർണ്ണബോധം വീണ്ടുകിട്ടി. അവളുടെ ക്ഷീണമൊക്കെ മറന്ന് കൈകൾ ഉയർത്തി എഴുന്നേൽ ക്കാൻ കൊതി ക്കുന്നു. തോഴി സമസ്നേഹത്തോടെ ആലിംഗനം ചെയ്തു. അലങ്കാ രം-സ്വഭാവോക്തി.

3. നിമിഷം സ്ഥിതിനോക്കി നിന്നു-നിമിഷനേരത്തേക്കു നിന്നനിൽപ്പിൽ തന്നെ നിന്നു. സംക്രമിതസ്നേഹം-പരസ്പരം കൈമാറുന്ന സ്നേഹം. ഒഴുക്കുലയ്ക്കുക-ഒഴുക്കുകൊണ്ട് ഉലഞ്ഞുപോയ. കമലം -താമര. തങ്ങളിൽ-പരസ്പരം. കമനീയാസ്യകൾ-സുന്ദരമായ മുഖ

ത്തോടുകൂടിയവർ. പരസ്പരം കൈമാറുന്ന സ്നേഹത്തോടുകൂടി രണ്ടുപേരും അല്പനിമിഷത്തേക്ക് ഒരേ നിൽപ്പിൽ നിന്നുപോയി. ഒഴുക്കിൽപ്പെട്ടുലഞ്ഞാടിയ രണ്ടു താമരപ്പൂക്കളെപ്പോലെ ആ രണ്ടു സുന്ദരിമാരും പരസ്പരം ആലിംഗനം ചെയ്തു. അലങ്കാരം-ഉപമ.

4. ആമയം-ദുഃഖം, അസുഖം. അനാമയം-സുഖം. ക്ഷയം-കുറവ്. പ്രിയവാദിനി-പ്രിയം മാത്രം വദിക്കുന്നവൾ; പറയുന്നവൾ. ചിരപ്രിയതൻ-വളരെക്കാലമായി മനസ്സിനെ അടക്കിക്കഴിയുന്നവൻ. അല്ലയോ, സഖീ പ്രിയതമൻ എവിടെയാണ്? അവനിപ്പോൾ സുഖക്കുറവൊന്നുമില്ലല്ലോ. പ്രിയംമാത്രം പറയുന്നവളെ, എന്നെക്കുറിച്ചുള്ള താത്പര്യത്തെ വളരെക്കാലമായി അടക്കിക്കഴിയുന്ന ആ പ്രിയൻ എന്തുകൊണ്ടാണ് നിന്റെകൂടെ വരാതിരുന്നത്.

5. പ്രണയാതുര-പ്രണയം കൊണ്ട് ദുഃഖിച്ചിരിക്കുന്നവൾ. ആതുര-ദുഃഖിത. ഏവം-ഇതുപോലെ. അന്തരാ-ഇടയിൽ. ക്ഷണം-ക്ഷണനേരത്തേക്ക്. മണലിൻപാട്-മണലിൽ ശയിച്ചതുകൊണ്ടുണ്ടായ പാട്. പ്രണയദുഃഖിതയായ അവൾ ഇപ്രകാരം ഇതിനിടയിൽ തന്റെ കൂട്ടുകാരിയെ നോക്കി (മുൻശ്ലോകത്തിൽ വിവരിച്ച പ്രകാരം) ത്തന്നെ തോഴി തന്റെ സ്വാമിനിയുടെ ദേഹത്ത് ഉണ്ടായ മണലിന്റെ പാടുകളെ തലോടിക്കൊണ്ട് നിന്നു.

6. മുറയായവൾ-അവൾ അലമുറയിട്ടു. അല്പഭാഷിണി-കുറച്ചുമാത്രം സംസാരിക്കുന്നവൾ. ക്ഷണനേരത്തേക്കുള്ള മാധവിയുടെ മൗനം ലീലയിൽ അക്ഷമ ഉദിപ്പിച്ചു; അങ്ങനെ അവൾ പറയുകയാണ്; 'എന്റെ തോഴി പറയുക വേഗം' എന്ന്. ഉടനെ 'പറയാം സഖീ' എന്ന് ഉച്ചരിച്ചുകൊണ്ട് ലീലയെ പിടിച്ച് പുൽത്തറയിൽ താങ്ങിയിരുത്തി.

7. പൊറുക്ക-മറക്കുക, ക്ഷമിക്കുക. പരിണാമി-പരിണാമമുള്ളത്. അനാഥം-നാഥനില്ലാത്തത്. പിന്നീട് മാധവി ലീലയോട് പറയുന്നു. 'അല്ലയോ സഖീ, നീ മറന്നുകളഞ്ഞാലും.' നിത്യജീവിതത്തിലെ സംഭവങ്ങൾക്ക് ഓരോന്നിനും അതതിന്റെ വഴികളുണ്ട്. മനുഷ്യന്റെ ജീവിതം പരിണാമത്തിനു വിധേയമാണ്. സ്ഥിരമായ സ്നേഹം ഈ ഭൂമിയിൽ നാഥനില്ലാത്ത ഒരു പ്രതിഭാസമാണ്. അലങ്കാരം-അർത്ഥാന്തരന്യാസം.

8. കാമിതം-ആഗ്രഹം. ശരിയായിട്ടുള്ള അനുരാഗം എന്താണെന്ന് അധികം ആളുകളും അറിയുന്നില്ല. (പ്രേമത്തിന്റെ ശ്രേഷ്ഠത എല്ലാവർക്കും അറിഞ്ഞുകൂടാ) അറിയുന്ന ആളുകൾക്കു പോലും ചില

പ്പോൾ തെറ്റുപറ്റുകയും ചെയ്യും. മിക്ക ആഗ്രഹങ്ങളും സാധിതമാകുന്നുമില്ല. ലോകത്തിൽ ഭാഗ്യശാലികളായിട്ടുള്ളവർ എത്രയോ ചുരുക്കമാണ്. ഈ ശ്ലോകം വളരെ പ്രസിദ്ധമാണ്. അലങ്കാരം-അർത്ഥാന്തരന്യാസം.

9. ഇതോർത്തു-കവി മുൻ ശ്ലോകങ്ങളിലായി അവതരിപ്പിച്ച ലോകതത്ത്വങ്ങളെയാണ് ഈ പ്രയോഗം കൊണ്ട് ഉദ്ദേശിക്കുന്നത്. അല്ലയോ, പ്രിയപ്പെട്ട തോഴീ, ഞാൻ പറഞ്ഞ ലോകനീതികളും, പ്രിയതമൻ സുഖക്കുറവുള്ളവനാണെന്നുമുള്ള നിന്റെ വചനവും സൂചിപ്പിക്കുന്നത് ഭാവി ഭയപ്പെടേണ്ടതാണെന്നാണ്. അഥവാ ഭയപ്പെടേണ്ടത ല്ലാതെ വരുന്നെങ്കിൽ അത് ഭാഗ്യവുമായിരിക്കും.

10. ചൊൽവതിനുള്ളിൽ-ചൊല്ലിത്തീരുന്നതിനുമുമ്പ്. പ്രിയോന്മുഖി-പ്രിയനെപ്പറ്റി ഉത്ക്കണ്ഠയുള്ളവൾ. പാരമാർത്തിയാൽ-വർദ്ധിച്ച ദുഃഖത്താൽ. പാരം-വർദ്ധിച്ച. ദയിതൻ-പ്രിയൻ. തടസ്ഥ-താത്പര്യം തടസ്സപ്പെടുന്നവൾ. തോഴി പറഞ്ഞു തീരുന്നതിമു മുമ്പായി തന്റെ പ്രിയതമനെപ്പറ്റിയുള്ള ദുഃഖത്തോടുകൂടി ലീല ചോദിച്ചു: 'അല്ലയോ തോഴീ, എന്റെ പ്രിയതമന് എന്താണ് സുഖം? എന്തുകൊണ്ടാണ് നിന്റെ താത്പര്യം കെട്ടുപോയത്?'

11. ത്വര-തിടുക്കം. 'മനുഷ്യന് ഏതുനേരത്തും എന്ത് വിപത്തും വരാം എന്നതിനെപ്പറ്റി ഞാൻ അജ്ഞയല്ല. അതുകൊണ്ട് വെളിവായി പറയൂ, അദ്ദേഹത്തിന്റെ മുഖമൊന്നു കാണാൻ എനിക്ക് തിടുക്കമാകുന്നു. അതിനിടയുണ്ടാകുമോ?' അലങ്കാരം-അർത്ഥാന്തരന്യാസം.

12. നിഷ്ക്കുതുകം-കൗതുകമില്ലാതെ; താത്പര്യമില്ലാതെ. വിഡംബനം-അനുകരണം (നിഷ്ഫലമായി). കൃതി കൈക്കൊൾവൂ-പ്രവൃത്തി ചെയ്യുന്നു; കൃതി-കവിതയെഴുത്ത് എന്നും ഒരർത്ഥസൂചന. ലീലയുടെ മേൽപ്പറഞ്ഞ വാക്കുകൾ കേട്ടശേഷം അത്ര താത്പര്യം കാണിക്കാത്ത മട്ടിൽ തോഴി വാർത്ത തുടർന്നു പറഞ്ഞു. (തുടർന്നുള്ള രണ്ടു വരികളിലെ ആശയം അത്ര പ്രകടമല്ല.) മെച്ചപ്പെട്ട അവസ്ഥയെ മനസ്സിൽ പ്രതീക്ഷിച്ച് (എന്നാവാം) അനുകരിച്ചുപോലും പലരും പ്രവൃത്തികളിൽ (കവിതാരചന) ഏർപ്പെട്ടെന്നു വരുന്നു.

13. മരുഭൂക്കൾ-മരുഭൂമികൾ. ഉരുദൂരത്ത്-വളരെയകലെ. ഉപദക്ഷിണാപഥ-ദക്ഷിണാപഥത്തിന്റെ അടുത്ത്. ദക്ഷിണാപഥം-ഡെക്കാൻ പ്രദേശം. നഭസ്സ്-ആകാശം. മേഘാംബരഡംബരൻ-മേഘങ്ങളാകുന്ന വസ്ത്രാലങ്കാരത്തോടു കൂടിയവൻ. ഗിരി-പർവതം. (രാജസ്ഥാനിലെ

വിശാലങ്ങളായ) മരുഭൂമികളുടെയൊക്കെയപ്പുറത്ത് വളരെദൂരെ, ദക്ഷിണാപഥത്തിന്റെ സമീപത്ത് മേഘങ്ങളാകുന്ന വസ്ത്രാലങ്കാരത്തോടുകൂടിയ വിന്ധ്യാപർവതം ആകാശത്തെ ഉരസിക്കൊണ്ടു നിലകൊള്ളുന്നു. (ഈ ശ്ലോകം മുതൽ തോഴിയുടെ വാക്കുകളാണ്. 21-ാം ശ്ലോകംവരെ.) അലങ്കാരം-രൂപകം

14. പരിണാഹം-വിസ്താരം. എഴും-ചേരുന്നത്, ഉള്ളത്. ഹരിതം-പച്ചനിറം. ആഭ-ശോഭ. സാനുമാൻ-പർവതം. സാനു (ഒരു) വശം. പരപാർശ്വം -അപ്പുറത്തെ ചരിവ്. സസ്വര-സ്വരമുള്ളവൾ. രേവ-നർമ്മദ. സാഗരോന്മുഖി-സാഗരത്തെ ഉന്മുഖമാക്കി ഒഴുകുന്നവൾ. വിന്ധ്യാപർവതത്തിന്റെ ഒരു ഭാഗം ഹരിതാഭമായ വലിയ വനങ്ങളെക്കൊണ്ട് നിറഞ്ഞ് ശോഭിക്കുന്നു. പർവതത്തിന്റെ മറ്റേ ചരിവിലൂടെ ശബ്ദഘോഷത്തോടുകൂടിയവളും സമുദ്രത്തെ ഉന്മുഖമാക്കി ഒഴുകുന്നവളുമായ നർമ്മദാനദിയുമാണ്.

15. അവിളംബം-വിളംബമില്ലാതെ. വിളംബം-താമസം. ദുഃസ്ഥൻ-(വല്ലാതെ) കഷ്ടപ്പെടുന്നവൻ. അവനം-പരിപാലനം. അല്ലയോ സഹോദരി, അങ്ങേയറ്റം മനോമോഹനമായ വിന്ധ്യാവനഭൂമിയിൽ ഒട്ടും വൈകാതെ ഞാനെത്തി; നിന്റെ പ്രിയതമനെ കണ്ടു. വല്ലാതെ കഷ്ടപ്പെടുന്നവനായ അവൻ ഇപ്പോൾ കണ്ടാൽ തിരിച്ചറിയാൻ വയ്യാത്ത വിധം മാറിപ്പോയി. അവനെ പരിപാലിക്കാൻ അവിടെ ആരുമില്ലതാനും.

16. കൃശഗാത്രൻ-കൃശമായ-ക്ഷീണിച്ച ശരീരത്തോടുകൂടിയവൻ. വനവഹ്നി-കാട്ടുതീ. ശൈലം-പർവതം. അനവദ്യാകൃതി-അനവദ്യം-സുന്ദരം; സുന്ദരമായ ആകൃതിയുള്ളവൻ. അസ്ഥിശേഷൻ-അസ്ഥി മാത്രമായിത്തീർന്നവൻ, വല്ലാതെ ക്ഷീണിച്ചവൻ. (വനത്തിലൂടെ അലഞ്ഞുനടക്കുന്ന) നിന്റെ പ്രിയതമനെ ഇപ്പോൾ കണ്ടാൽ ആരും സങ്കടപ്പെട്ടുപോകും. ഒറ്റയ്ക്ക് വല്ലാതെ ദുഃഖിച്ച് ദേഹമാകെ ക്ഷീണിച്ച് കാട്ടുതീ തകർത്ത പർവതംപോലെ ആ സുന്ദരരൂപി ഇപ്പോൾ അസ്ഥിമാത്രം അവശേഷിച്ചവനായിത്തീർന്നിരിക്കുന്നു. അലങ്കാരം-ഉപമ.

17. ഭൃഗു-ഉന്നതതടം, കൊടുമുടി. പ്രേതസമം-പ്രേതത്തിനു തുല്യമായി. വികലാത്മാ-വികലമായ ആത്മാവോടുകൂടിയവൻ; ബുദ്ധിവൈകല്യം ബാധിച്ചവൻ. ആളു കാൺകിൽ-ആളുകളെക്കണ്ടാൽ; അഥവാ ആളുകൾ കണ്ടാൽ. ആ പർവതത്തിന്റെ ഉന്നതതടങ്ങളിൽ പക്ഷിമൃഗങ്ങളോടൊത്ത് ഒരു പ്രേതത്തെപ്പോലെ അവൻ നടക്കും. വളരെയകലെ

യെങ്ങാനും ആളുകളെക്കണ്ടാൽ ആ വികലാത്മാവ് സ്ഥലം മാറിക്കളയും. മനുഷ്യനെ കാണുന്നത് അവന് തീരെയും സഹ്യമല്ലാതായിരിക്കുന്നു. അലങ്കാരം-ഉപമ.

18. അഫലപ്രയാസ-ഫലമില്ലാത്ത പ്രയാസത്തോടുകൂടിയവൾ.പ്രയാസം -ശ്രമം, ബുദ്ധിമുട്ട്. അതുലസ്നേഹനിധേ-അതുല്യമായ സ്നേഹത്തിന് പാത്രമായവളേ. കൃതകൃത്യത-ചെയ്യേണ്ടത് ചെയ്തതിലുള്ള സംതൃപ്തി. അസാധ്യമാംകൃതി-സാധ്യമല്ലാത്ത കർമ്മം. ദൂരെനിന്ന് അദ്ദേഹത്തെ കണ്ടു. അപ്പോൾത്തന്നെ അദ്ദേഹം വനത്തിൽ മറഞ്ഞു. അങ്ങനെ ശ്രമം വിജയിക്കാത്തവളായി എനിക്കു തിരിച്ചു പോരേണ്ടി വന്നു. എന്റെ ബുദ്ധിമുട്ടുകൾക്കൊന്നിനും ഫലമുണ്ടായില്ല. സാധ്യമല്ലാത്ത കാര്യത്തിൽ, അതു ചെയ്തു തീർക്കുമ്പോൾ കിട്ടാവുന്ന സംതൃപ്തിയ്ക്ക് അവസാനമില്ലല്ലോ. പിന്നെ അവനെപ്പറ്റിയുള്ള വാർത്തകളാണ് ഞാൻ കേട്ടത്. അലങ്കാരം-അർത്ഥാന്തരന്യാസം.

19. പരിതൻ-ചുറ്റപ്പെട്ടവൻ. സനാഥകൾ-ഭർത്താക്കന്മാരുള്ളവർ. മലവേട്ട -മലമ്പ്രദേശത്തു നടത്തുന്ന വേട്ട. പലതര ജന്തുക്കളാൽ ചുറ്റപ്പെട്ട നിലയിൽ അവനെക്കണ്ട് മനസ്സലിഞ്ഞ, ഭർത്താക്കന്മാരോടുകൂടിയ വേടസ്ത്രീകൾ നായാട്ട് മതിയാക്കി ദൂരെയിരുന്ന് വിലപിക്കുന്നു; ഇയാളുടെ ഈ അവസ്ഥയെക്കുറിച്ചോർത്തുകൊണ്ട്.

20. അശേഷം-എല്ലാം. കാനനപക്കണസ്ഥകൾ-വനത്തിലെ കുടിലുകളിൽ താമസിക്കുന്നവർ. പക്കണം-കാനനവാസികളുടെ കുടിൽ. അനാർജ്ജവം-ആർജ്ജവമില്ലാത്തത്; കള്ളം. തിരിയാത്തോർ-മനസ്സിലാകാത്തവർ. അതിശുദ്ധശീലകൾ-ശുദ്ധമായ സ്വഭാവത്തോടുകൂടിയവർ. വനത്തിലെ ആ കുടിലുകളിൽ താമസിക്കുന്ന ആ ശുദ്ധഹൃദയർ എല്ലാ വിവരണങ്ങളും പറഞ്ഞു കേൾപ്പിച്ചു. നഗരവാസികളുടെ കള്ളത്തരമൊന്നും അവർക്കറിഞ്ഞുകൂടാതാനും.

21. നിർമ്മലഹൃദയരായ ആ വനവേടത്തിമാർ അവനെ അടുത്തുകണ്ടിട്ട് രണ്ടു സംവത്സരത്തോളമായി. അവൻ അന്ന് സുന്ദരനായിരുന്നു; അതോടൊപ്പം അവശനുമായിരുന്നു. അവൻ ആ വനത്തിൽ അന്ന് 'ലീല' 'ലീല' എന്ന് പാടിപ്പാടി നടന്നു.

22. ഉൽസ്രുതം-പൊഴിഞ്ഞ; കവിഞ്ഞൊഴുകിയ. അശ്രു-കണ്ണുനീർ. വിതതേക്ഷണ-വിതതം-വിശാലം; വിസ്തൃതം. ഈക്ഷണം-കണ്ണ്. വിശാലമായ കണ്ണുകളുള്ളവൾ. വിസ്ഫുരിക്കുക-തിളങ്ങുക. തോഴിയുടെ ഇപ്രകാരമുള്ള വാക്കുകൾകേട്ട ലീലയുടെ മനസ്സ് വല്ലാതെ ഭയപ്പെട്ടു.

ആ സുന്ദരിയുടെ കവിൾത്തടങ്ങളിലൂടെ വീണ കണ്ണുനീർ വെണ്ണിലാവിൽ തിളങ്ങുന്നത് സഖിയായ മാധവി കണ്ടു.

23. ശിക്ഷിതചിത്തമാർ-ചിത്തത്തെ-മനസ്സിനെ അടക്കി ശീലിച്ചവർ. സ്ഫുടം-വ്യക്തമായി. ആർത്തി-ദുഃഖം. അന്യോന്യമറിഞ്ഞുമാർത്തികൾ-ദുഃഖങ്ങൾ പരസ്പരം അറിഞ്ഞുകൊണ്ട്. ലീലയുടെ ദയനീയമായ സ്ഥിതിയോർത്തിട്ട് തോഴിയുടെ കണ്ഠം ഇടറിപ്പോയി. മനസ്സിനെ അടക്കി ശീലിച്ചിട്ടുള്ള അവർ ആ ദുഃഖത്തെ പരസ്പരം അറിഞ്ഞുകൊണ്ടുതന്നെ സംഭവങ്ങൾ പറയുന്നതും കേൾക്കുന്നതും തുടർന്നു.

24. നിയതം-നിശ്ചയമായും; ഇടവിടാതെ. കിരാതിമാർ-കാട്ടാളസ്ത്രീകൾ. ഓരും-മനസ്സിലാക്കുക. സ്വയമോരും-തന്നെത്താൻ മനസ്സിലാക്കുക. 'ദീനനായ ഇയാൾ ഇയാളുടെ പ്രിയതമയെ പിരിഞ്ഞ് അലയുകയാണ്' എന്ന് അവിടെയുള്ള കാട്ടാളസ്ത്രീകൾ തന്നെത്താൻ ഉറച്ചു. ഏതു ജാതിക്കാരിലും ഉള്ളതും ആർക്കും മനസ്സിലാക്കാവുന്നതുമായൊരു അടിസ്ഥാനവികാര(ചിന്ത)മാണല്ലോ പ്രേമം.

25. മൂളുവോർ-മൂളിപ്പാടുന്നവർ. കൃതിച്ച്-കൃതിയാക്കി; കവിതയാക്കി. സ്ഥിരരാഗലോലകൾ-സ്ഥിരമായ അനുരാഗത്താൽ ചലിക്കുന്നവൾ; അനുരാഗത്തെ പുകഴ്ത്തുന്നവൾ എന്നു താത്പര്യം. പ്രാകൃതചിന്ത-സ്വാഭാവികമായ ആലോചന. ലീലയെപ്പറ്റിയുള്ള മദനന്റെ സ്ഥിരമായ അനുരാഗവിചാരം കണ്ടിട്ട് പല കാട്ടാളസ്ത്രീകളും അത് പാട്ടാക്കി മൂളിപ്പാടി നടന്നു. മനുഷ്യവർഗം ഏതായാലും എല്ലാവരുടെയും അടിസ്ഥാന വികാരങ്ങൾ (ഭാവങ്ങൾ) തുല്യമാണ്. അലങ്കാരം അർത്ഥാന്തരന്യാസം.

26. ചരലോകം-ചരിക്കുന്നവരുടേതായ ലോകം, ജന്തുലോകം. അൻപ്-സ്നേഹം. അല്ലയോ തോഴീ, ജന്തുലോകത്തെ മുഴുവനും നിന്റെ ഹൃദയേശ്വരൻ ഇപ്രകാരം വശപ്പെടുത്തിയെങ്കിൽ അതിൽ അത്ഭുതപ്പെടാനില്ല. യോഗികളാരും ഇതുപോലെ ജന്തുവർഗ്ഗത്തെയും മനുഷ്യരെയും, ദേവന്മാരെയും സ്നേഹിച്ചിട്ടില്ല.

27. യോഗികളാരും ഇപ്രകാരം സ്നേഹിച്ചിട്ടില്ല എന്ന് മുൻ ശ്ലോകത്തിൽ പരാമർശിച്ചതിനെ സൂചിപ്പിച്ചു കൊണ്ടാണ് 'അതാണ്' എന്ന് പ്രയോഗിച്ചിരിക്കുന്നത്. അവങ്കൽ-അനുരാഗമാണ്-അവനിൽ-മദനിൽ, അനുരാഗം തോന്നിയിട്ട്. നിസർഗ്ഗചേഷ്ടികൾ-സ്വഭാവിക പ്രവൃത്തി. വനസത്ത്വകുലങ്ങൾ-കാട്ടിലെ ജന്തുക്കളുടെ സമൂഹം. ചൂഴ്വത്-ചുറ്റിനിൽക്കുന്നത്. മക്ഷികാളി-മക്ഷികം+ആളി-തേനീച്ചക്കൂട്ടം. യോഗിക

ളാരും തന്നെ മനുഷ്യരെയോ, ജന്തുക്കളെയോ, ദേവന്മാരെയോ-മദനൻ സ്നേഹിച്ചതുപോലെ സ്നേഹിച്ചിട്ടില്ലാത്തതുകൊണ്ടാണ് വന്യജീവികൾ പോലും അവയുടെ സ്വാഭാവിക വികാരപ്രവൃത്തികൾ വിട്ടൊഴിഞ്ഞ്, തേനീച്ചകൾ പൂക്കളെ ചുറ്റുന്നതുപോലെ മദനന്റെ ചുറ്റും കൂടിയത്. അലങ്കാരം ഉപമ.

28. മൃതകല്പൻ-മരിച്ചവനു തുല്യൻ. പ്രഥമാന പ്രണയാർത്തൻ-പ്രകടമായ പ്രേമത്താൽ വല്ലാതെ ദുഃഖിക്കുന്നവൻ, വ്യഥ-ദുഃഖം. അല്ലെങ്കിൽത്തന്നെ പ്രകടമായ പ്രേമത്താൽ വല്ലാതെ ദുഃഖിതനായ അവനിപ്പോൾ മൃതതുല്യനുമാണ്. ഓർത്തുനോക്കിയാൽ ആ കഥയും, സുന്ദരീ, പിന്നെ നിന്റെ സങ്കടങ്ങളും എന്തിനാണ് ഞാൻ വെറുതെ നീട്ടിക്കൊണ്ടു പോകുന്നത്. അലങ്കാരം ദീപകം.

29. ആത്മനിബന്ധനം-മനസ്സിനെ അടക്കുന്നത്; തന്നിൽത്തന്നെ ഒതുങ്ങുന്നത്. പരതന്ത്രം-മറ്റൊരാളിൽ ആശ്രയിച്ചിരിക്കുന്നത്. മനസ്സിനെ സ്ഥിരമായി നിയന്ത്രിക്കുന്നത് സുഖമാണ്. മറ്റൊരാളെ ആശ്രയിച്ചുള്ള (മാത്രം കിട്ടുന്ന) സുഖം ദുഃഖമാണ്. എന്റെ തോഴീ ഞാൻ പറയുന്നതൊക്കെ സത്യമാണ്. (അവയൊക്കെ നിനക്ക് അഹിതകരമാണെന്നു കരുതി) ഞാനോ, കഠിനഹൃദയയാണെന്ന് നീ വിചാരിക്കരുതെ. അലങ്കാരം അർത്ഥാന്തരന്യാസം.

30. പ്രണയോഷ്ണരശ്മി-പ്രണയത്തിന്റെ ചൂടുള്ള രശ്മി. വിലയോന്മുഖം -നാശത്തിലേക്കു ഉന്മുഖമായിരിക്കുന്നത്. വിലയം-പൂർണ്ണനാശം. നന്നായി ജ്വലിച്ചു നിൽക്കുന്ന ഈ പ്രണയത്തിന്റെ ചൂടുള്ള രശ്മി ഇങ്ങനെ എത്രകാലം നിലനിൽക്കും? അതാകട്ടെ സൂര്യന്റെ ഉദയത്തോടെ നശിക്കാനുള്ള തിങ്കൾക്കല പോലെയാണ്. ഇവൻ തേഞ്ഞു തേഞ്ഞു തീരാറായിരിക്കുന്നു. നശിക്കാറായിരിക്കുന്നു എന്നു താത്പര്യം. അലങ്കാരം ഉപമ.

31. കൃശം-ക്ഷീണിച്ചത്. കേണ്-ദുഃഖത്തോടുകൂടി. കുശലേ-സമർത്ഥേ. ശിശിരാർദ്ദിതം-ശിശിരത്താൽ പീഡിപ്പിക്കപ്പെട്ട. അർദ്ദിതം-പീഡിപ്പിക്കപ്പെട്ടത്. ദലം-ദളം, അല്ലി; ഇല. ഭൃശം-വളരെ ശക്തിയുള്ള. അടിഞ്ഞു പോം-നശിച്ചു പോകും. കാര്യമില്ലാതെ കരഞ്ഞും ദുഃഖിച്ചും ആയുസ്സു പാഴാക്കരുത്, അവനെയോർത്ത് ദുഃഖിക്കുന്നതു കൊണ്ട് ഒരു ഗുണവുമില്ല. നീയാണെങ്കിൽ ബുദ്ധിമതിയുമാണ്. അങ്ങനെയുള്ള നീ നിന്റെ മേന്മയെക്കുറിച്ച് വിചാരപ്പെടുക. ശിശിരകാലത്തെ ഇതൾപോലെ ശക്തിയുള്ള കാറ്റത്ത് അയാൾ വീണടിഞ്ഞു പോകും. ഒരുപക്ഷേ,

മദനൻ മരിച്ചിട്ടുതന്നെയുണ്ടാകാം എന്നൊരു സൂചനയും ഇവിടെയുണ്ട്.

32. വിധുര-വിരഹി. ആസ്ഥയാ-ശ്രദ്ധയോടെ. ഇപ്പോൾ ഞാൻ പറഞ്ഞു തീർത്തതുപോലെയാണു കഥ. വിരഹവേദന കൊണ്ടു നീറുന്നവളെ, ഈ കഥയൊക്കെ മറന്നു കളയുകയാണ് ഉത്തമമായിട്ടുള്ളത്. അല്ലെങ്കിൽ വല്ല കാലത്തും ആഗ്രഹത്തോടു കൂടിത്തന്നെ ഇക്കഥ നിനക്ക് മധുരമായ ഒരു സ്വപ്നം പോലെ സ്നേഹത്തോടെ അനുസ്മരിക്കാം.

33. അനപത്യം-സന്തതിയില്ലായ്ക. മനമെത്താത്ത-ഇത്രയെന്നു കൃത്യമായി പറയാനാവാത്ത. കനിയും സ്വജനം-താത്പര്യമുള്ള സ്വന്തം ആളുകൾ, ഏക നാഥ-ഏക ആശ്രയം. മറ്റു സന്തതിപരമ്പരകളില്ലാത്ത ഈ കുലത്തിനും എണ്ണിത്തീർക്കാൻ വയ്യാത്തത്ര സ്വത്തിനും മമതയുള്ളവരായ സ്വന്തം ജനങ്ങൾക്കും നീയല്ലാതെ മറ്റാരും ആശ്രയമില്ല. അതിനെപ്പറ്റി ഓർത്തിട്ടാണെങ്കിലും നീ ജീവിക്കണം; അതാവശ്യമാണ്.

34. അതിലോക മനോഹരാംഗി-ലോകത്തിൽ ഇല്ലാത്ത വിധത്തിൽ മനോഹരമായ അംഗിയുള്ളവൾ. അലൗകിക സുന്ദരി. തൻപ്രേമ വിധേയം -അവന്റെ പ്രേമത്തിനു വിധേയപ്പെട്ട. ഈ പറഞ്ഞതൊക്കെ മാറ്റി നിർത്തുക; അവന് ഇതു (നിന്റെ മനസ്സ് അവനിൽ ഗാഢമായി തീർന്നിരിക്കുന്നു എന്നതു തന്നെ) തന്നെ അസാധാരണമായ കൃതാർത്ഥതയ്ക്കു കാരണമാണ്. അതീവ സുന്ദരിയായ നിന്റെ മനസ്സ് അവന്റെ പ്രേമത്തിനു വിധേയമായി എന്നതു തന്നെ അവന് തൃപ്തിക്കുവകയായി.

35. നിരുപിക്കുക-ആലോചിക്കുക. അപ്പുരുഷൻ-(ഇവിടെ) ആ മദനൻ. വൈകൃതമേനി-വികൃതമായ ശരീരം. തിരുമെയ്-പുണ്യമുള്ള ശരീരം, വിശുദ്ധദേഹം. അല്ലയോ, എന്റെ തോഴീ, നീ നന്നായി ആലോചിച്ചു നോക്കുക. നീ സ്നേഹിച്ചിരുന്ന പുരുഷൻ തീർത്തും വൈകൃതം ബാധിച്ചവനായപ്പോഴും അതേ രീതിയിൽ സ്നേഹിക്കണമെന്നുണ്ടോ? അതിലോല സുന്ദരിയായ നിന്റെ സൗന്ദര്യം കണ്ടാൽ സ്ത്രീകൾ പോലും ഭ്രമിച്ചുപോകും. (പിന്നെ പുരുഷന്മാരുടെ കാര്യം പറയാനുമില്ല. നിങ്ങൾ തമ്മിൽ ഇപ്പോൾ ചേർച്ചയില്ല എന്നു സാരം) അലങ്കാരം അർത്ഥാപത്തി.

36. ശ്രുതി-ചെവി. ആതിര-ദുഃഖിത. കാന്തഗുണാവമാനിനി-കാന്തന്റെ-ഭർത്താവിന്റെ ഗുണഗണങ്ങളെ അവമാനിക്കുന്നവൾ. 'അതുകൊണ്ട്'

('നീ അയാളെ വിസ്മരിക്കണം' എന്നു പറയാൻ ഓങ്ങിയ മാധവി അതു പറയും മുമ്പ്) എന്നു പറഞ്ഞപ്പോൾ തന്നെ ദുഃഖിതയായ ലീല തന്റെ രണ്ട് കാതുകളും പൊത്തി അവളെ തടഞ്ഞുകൊണ്ട്, 'മതി മതി, ഭർത്താവിന്റെ ഗുണങ്ങളെ അപമാനിക്കുന്നവളെ നീയിനി ഒന്നും പറയേണ്ട' എന്നു വിലക്കി.

37. ചാരുതരാന്തരംഗൻ-ചാരുതരമായ-മനോഹരമായ മനസ്സോടുകൂടിയ വൻ. ദേവസമൻ-ദേവനു തുല്യനായവൻ. മഹാമതി-മഹത്തായ ബുദ്ധി യുള്ളവൻ; ശ്രേഷ്ഠൻ; മഹാത്മാവ്. മൃൺമയം-മൃത്തുകൊണ്ടുള്ളത്; മൃത്ത്-മണ്ണ്. ഭംഗുരഭംഗി-നശിച്ചുപോകുന്ന ഭംഗി, ഹേ, തോഴി, എന്റെ ഭർത്താവ് ഇപ്പോൾ കൂടുതൽ സുന്ദരമായ ഹൃദയത്തോടുകൂടിയവ നാണ്. ഈശ്വരതുല്യനും, മഹാത്മാവുമാണ്. മണ്ണു കൊണ്ടുള്ളതും നശ്വരമായതുമായ ഈ ശരീരത്തെക്കുറിച്ച് അദ്ദേഹമിപ്പോൾ സ്വയം വിചാരിക്കുന്നതേയില്ല.

38. ധൃതിമാൻ-ധൈര്യശാലി. രതി-അനുരാഗം, ആണിനോ പെണ്ണിനോ ഒരാൾക്ക് ഒരാളിൽ സ്ഥിരമായ സ്നേഹം തോന്നുന്നുണ്ടെങ്കിൽ അതിലും വലിയ വ്രതമില്ല. സ്ഥിരമാനസനായ എന്റെ കാന്തൻ നിശ്ച യമായും കൃതാർത്ഥനാണ്.

39. പ്രണയൈക വൃത്തിയാൽ-പ്രണയം എന്ന വൃത്തി; പ്രണയം കൊണ്ടു മാത്രം. നവരാഗി-പുതിയ രാഗത്തോടു കൂടിയവൻ; ആദ്യ മായി സ്നേഹിക്കുന്നവൻ. നൃശംസ-ക്രൂര. ഭവനാവസ്ഥ-ഭവനത്തിന്റെ നില. പ്രണയം എന്ന ഏക ചിത്തവൃത്തിയാൽ ക്രൂരയായ ഞാൻ അദ്ദേഹത്തെ കബളിപ്പിച്ചു. ആദ്യമായി സ്നേഹമെന്തെന്നറിയുന്ന അവൻ എന്റെ ഭവനത്തിന്റെ ധനസ്ഥിതിയും, എന്റെ ശോഭയുമല്ല പരിഗണിച്ചത്.

40. അഥവാ പറയേണ്ട-അല്ലെങ്കിൽ ഇപ്രകാരം എന്തിനു പറയുന്നു. തൽക്കഥ-അവന്റെ കഥ. അനാദരോക്തികൾ-അനാദരവ് തോന്നിപ്പി ക്കുന്ന വാക്കുകൾ. അനാദരം-നിന്ദ. ഉക്തി-വാക്ക്. ഉന്മഥനം-ഉതത്ക്ക ടമായ കടയൽ, വർദ്ധിച്ച പീഢനം അഥവാ ഇപ്രകാരമൊന്നും പറ യേണ്ടതില്ല. ഞാൻ ആ തീവ്രാനുരാഗിയുടെ കഥയോർത്തു പോകു ന്നു. നിന്ദാവചനങ്ങൾ ദുഃഖത്തെ അകറ്റുകയില്ല, അനാദരോക്തികൾ എന്റെ മനസ്സിനെ കൂടുതൽ പീഡിപ്പിക്കുകയേയുള്ളൂ.

41. വിപത്തൻ-ആപത്തിലകപ്പെട്ടവൻ. നയമോർക്ക-ലോകനീതി ഓർക്കുക. രുജ-ദുഃഖം. പക്ഷപാതിനി-പക്ഷപാതമുള്ളവളേ.

അല്ലയോ, എന്റെ തോഴീ, ആപത്തിലകപ്പെട്ടവനായ എന്റെ പ്രിയതമന്റെ പേർക്ക് നിനക്ക് സ്നേഹമില്ല. നിനക്ക് എന്നോടു മാത്രമാണ് സ്നേഹം. എന്നോടു മാത്രം സ്നേഹം കാണിക്കുന്ന നീ പക്ഷപാതിനിയാണ്. നിന്റെ ഈ സ്വഭാവം (വിവേചനം) എനിക്ക് ദുഃഖം മാത്രമാണ് തരുന്നത്; അത് സ്വാഭാവികവുമാണ്.

42. ഉരചെയ്വൻ-ഞാൻ പറഞ്ഞുകൊള്ളാം. ചേതന-ബുദ്ധി;ജീവൻ. വിനാ-കൂടാതെ. എന്റെ സ്ഥിരമായ ബുദ്ധി അവന് (മദനന്) വിധേയമാണെന്ന് ഞാൻ പറയുന്നു. തോഴീ യുക്തിബലം കൊണ്ട് അഗ്നിയെ കരസ്ഥമാക്കാമെന്ന് മോഹിക്കേണ്ട; അതിനു വിറകു വേണം.

43. കില്ല്-സംശയം. നിരൂപിക്കേണ്ട-കരുതേണ്ട. വിരവിൽ-ഉടനെതന്നെ. ഇനിയിപ്പോൾ യാതൊരു സംശയവും ആവശ്യമില്ല. ദൂരത്തെക്കു റിച്ചും വിചാരിക്കേണ്ട. എന്റെ പ്രാണനാഥൻ താമസിക്കുന്നത് ഏതു ദിക്കിലാണെങ്കിലും അവിടേക്കു നീ എന്നെ കൂട്ടിക്കൊണ്ടു പോവുക.

44. തോഴിതൻ വ്യവസായം-തോഴിയുടെ പ്രവൃത്തി. വ്യവസായം-പ്രവൃത്തി. മദനനെ അന്വേഷിച്ചു പുറപ്പെടാനുള്ള നിശ്ചയം എന്ന താത്പര്യത്തിൽ 'നിശ്ചയം' എന്നു പ്രയോഗിച്ചിരിക്കുന്നു. നിജകൃത്യബോധമാം ശിഖി-തന്റെ കർത്തവ്യബോധമാകുന്ന അഗ്നി. ശിഖി-അഗ്നി. ധൂമാകുലം-പുകനിറഞ്ഞു-അവ്യക്തമായ. ലീലയുടെ നിശ്ചയത്തെപ്പറ്റി അറിഞ്ഞപ്പോൾ മാധവി ആകെ ധർമ്മസങ്കടത്തിലായി; ലീലയുടെ വാക്കുകൾ കേട്ട മാധവി അവളുടെ കർത്തവ്യബോധമെന്ന അഗ്നിയെ പുകപടലം മറച്ചപ്പോൾ എന്താണ് ചെയ്യേണ്ടതെന്നറിയാതെ വല്ലാതെ ആകുലപ്പെട്ടു.

45. വെള്ളി-ശുക്രനക്ഷത്രം. വാടി-പൂന്തോപ്പ്. സ്ഥിതി രാവിനു മാറുക-രാത്രിക്ക് അവസ്ഥ മാറുക-നേരം വെളുക്കുക. ഇതാ, ഇപ്പോൾ ശുക്രനക്ഷത്രം ഉദിച്ചിരിക്കുന്നു. പൂന്തോപ്പിലെ കിളികൾ കൂവാൻ ഒരുങ്ങുന്നു. എന്റെ തോഴീ രാത്രി തീരുംമുമ്പ് നമുക്ക് വളരെ ദൂരത്തേക്കു പോകാം.

46. ഇതി-ഇപ്രകാരം. ശുദ്ധരാഗയാൾ-തിളങ്ങുന്ന, ജ്വലിക്കുന്ന അനുരാഗമുള്ളവൾ. ഇദ്ധം-വർദ്ധിച്ചത്. അധികോൽക്കണ്ഠം-കൂടുതൽ ഉത്കണ്ഠയുള്ള. ത്വരിക്കുക-ധൃതികൂട്ടുക. മതിശാലിനി-ബുദ്ധിമതി. വാച്യഭീതി-അപവാദഭയം. ക്രുദ്ധ-കോപം. ഇപ്രകാരം ജ്വലിക്കുന്ന അനുരാഗത്തോടുകൂടിയ ലീല വർദ്ധിച്ച ഉത്ക്കണ്ഠകൊണ്ട് ബദ്ധപ്പാടു കാട്ടിയപ്പോൾ ബുദ്ധിമതിയായ തോഴി അപവാദഭീതികൊണ്ട് കോപിക്കയും

ഇപ്രകാരം പറയുകയും ചെയ്തു.

47. മുറ-ആചാരം. സ്വൈരിണി-വേശ്യ (തന്നിഷ്ടക്കാരി) മുഗ്ദ്ധമതേ-മോഹം കൊണ്ട് വിവേകം കാണിക്കാത്തവൾ (അപക്വമതി). ഉന്മാദികൾ-ഭ്രാന്തു ബാധിച്ചവർ. ലോകമര്യാദയെ മറന്ന് വേശ്യയെപ്പോലെ പുറമെ സഞ്ചരിക്കാനോ? വെറും ഭ്രാന്തർ ചെയ്യുന്നതുപോലെയുള്ള ഈ കാര്യത്തിന് ഞാനെങ്ങനെ സമ്മതിക്കും.

48. സുഖാസനോചിത-സുഖമായ വാസം മാത്രം നടത്തിയിട്ടുള്ളവൾ. വിന്ധ്യപദ്ധതി-വിന്ധ്യാപർവതത്തിലെ വഴി. അസഹായ നാരിമാർ-സഹായത്തിന് ആരുമില്ലാത്ത സ്ത്രീകൾ അല്ലെങ്കിൽ ലോകാചാരത്തെ തൽക്കാലത്തേക്കു വിസ്മരിക്കാം. സുഖജീവിതം മാത്രം ശീലിച്ചിട്ടുള്ള നിനക്ക് വിന്ധ്യപർവതത്തിലെ വഴികളിലൂടെയുള്ള ദീർഘമായ യാത്ര വളരെ ദുഷ്ക്കരമായിരിക്കും. നമ്മളാകട്ടെ ആരും സഹായത്തിനില്ലാത്ത സ്ത്രീകളും.

49. ഈ പ്രശ്നങ്ങളൊക്കെയും ഇരിക്കട്ടെ, നീയവനെ എവിടെ ചെന്ന് കണ്ടുപിടിക്കും. അവനെ അന്വേഷിച്ചു പോകുന്നവർ വനത്തിനുള്ളിൽ കയറിയ കാറ്റിനെ അന്വേഷിക്കുന്നതു പോലെയാണ്. (രണ്ടും വ്യർത്ഥം എന്നു സൂചന)

50. അസുബന്ധം-പ്രാണബന്ധം. നരകങ്കാളം-മനുഷ്യരൂപത്തിലുള്ള അസ്ഥി (അസ്ഥിമാത്രരൂപൻ). അതുമാത്രമല്ല നീ ആലോചിക്കേണ്ട മറ്റൊരു വിഷയം കൂടിയുണ്ട്. നിന്റെ ഈ പുറപ്പാട് വരനില്ലാതെയുള്ള വിവാഹാഘോഷമാണ്. പ്രാണനുമായുള്ള ബന്ധം ആർക്കും സ്ഥിരമല്ല. അസ്ഥിമാത്ര സ്വരൂപനായ ആ മദനൻ എത്രനാൾ പ്രാണബന്ധം തുടരുമെന്നും അറിഞ്ഞുകൂടാ.

51. അതിവത്സല-വർദ്ധിച്ച വാത്സല്യത്തോടു കൂടിയവൾ. സത്യഭാഷിതം -സത്യമായ പറച്ചിൽ. ബുധർ-വിജ്ഞാനമുള്ളവർ. അപ്രിയസത്യം-ഇഷ്ടമില്ലാത്ത സത്യം. (നിന്റെ ഈ താത്പര്യത്തിൽ നീ ധരിക്കരുതെന്ന് മാധവി പറയുന്നു.) എനിക്ക് നിന്നോട് വർദ്ധിച്ച വാത്സല്യം ഉണ്ട്. പക്ഷേ എപ്പോഴും സത്യവചനം പ്രിയം തന്നെന്നു വരുകയില്ല. സത്യവചനങ്ങൾ കേൾക്കുന്നവന് അപ്രിയം ദാനം ചെയ്യുന്നു എന്നു കണ്ടാൽ വിദ്വാന്മാരായ ആളുകൾ മൗനം ദീക്ഷിച്ചു കളയും. അതാണ് ലോകനീതി എന്നവർ ആശ്വസിക്കുകയും ചെയ്യും. (ഞാനതു ചെയ്യുന്നു) അതാണ് സൗഹൃദവും.

52. വിധി-സ്രഷ്ടാവ്. വിശ്വമുഖം-ലോകം നൽകുന്ന സുഖം. സ്വദിക്കുക-

ആസ്വദിക്കുക; അനുഭവിക്കുക. രതി-സ്നേഹം. അസമീക്ഷകാരി-ആലോചനയില്ലാതെ പ്രവർത്തിക്കുന്നവൻ. സുധി-സുബുദ്ധി. ധാതാവ് -സൃഷ്ടി കർത്താവ്. ലോകം നൽകുന്ന സുഖങ്ങൾ അനുഭവിക്കുവാൻ വേണ്ടി അവന് വിധി ബുദ്ധിയും രാഗവും പ്രദാനം ചെയ്തിരിക്കുന്നു. രാഗം വളർന്ന് അനന്തരഫലങ്ങൾ ആലോചിക്കാതെ പ്രവർത്തിക്കുന്നവൻ ബുദ്ധിമാനാണെങ്കിലും വിധിയെ അനാദരിക്കുകയാണു ചെയ്യുന്നത്.

53. അതിമോഹാകുലം-വർദ്ധിച്ച മോഹത്താൽ കുഴങ്ങിയത്. ക്ഷതി-നാശം. സംഭവങ്ങളുടെ സ്ഥിതിയെന്താണെന്നാലോചിച്ചു കൊണ്ടാണ് ഞാൻ നല്ലതു പറയുന്നത്. അതിമോഹം കൊണ്ട് ആകുലപ്പെട്ടിരിക്കയാണ് നിന്റെ മനസ്സ്. അതുകൊണ്ട് നിന്റെ ഈ ശ്രമത്തിൽ നിന്ന് പിൻതിരിയുക. ഞാൻ പറയുന്നതു കേൾക്കാതിരുന്നാൽ നിനക്ക് ആപത്തും മാനക്കേടുമുണ്ടാകും.

54. കരുണാർഹ-കരുണ അർഹിക്കുന്നവൾ. കുലായം-കൂട്. ചുഴന്നകാറ്റ്-ചുഴലിക്കാറ്റ്. തോഴിയായ മാധവിയുടെ ഈ വാക്കുകൾ, കൂട്ടിലെത്താനായി ചിറകുവിടർത്തി ഉയർന്നു പറക്കുന്ന ചെറുകിളിക്കു ചുഴലിക്കാറ്റേകുന്നതു പോലെ കരുണയർഹിക്കുന്ന ലീലയ്ക്ക്, അധികമായ വേദനയെ ദാനം ചെയ്തു.

55. മാധവിയുടെ ഈ വിധ എതിർന്യായങ്ങൾ ലീലയെ വിഷമിപ്പിച്ചു എങ്കിലും എന്ന താത്പര്യത്തിലാണ് 'എങ്കിലും' എന്നു പ്രയോഗിച്ചിട്ടുള്ളത്. ഊഢശക്തി-വർദ്ധിച്ച (ഒന്നായിച്ചേർന്ന) ശക്തി. അനവദ്യ ഗുണാഢ്യ-പരിശുദ്ധമായ ഗുണങ്ങളാൽ സമ്പന്ന (ശ്രേഷ്ഠഗുണസമ്പന്ന) ഘനസൗരഭ്യം-സാന്ദ്രതയേറിയ പരിമളം. മാധവിയുടെ വാദങ്ങൾ ലീലയെ വേദനിപ്പിച്ചെങ്കിലും അവളുടെ മനസ്സാകുന്ന പുഷ്പം ഉള്ളിൽ വിങ്ങി പെട്ടെന്നു വിടർന്നു എന്നു തോന്നുംപോലെ ആ ശ്രേഷ്ഠഗുണപതി ഇപ്രകാരം കനം തിങ്ങിയ വാക്കുകൾ പറഞ്ഞു.

56. വിഹിതാവിഹിതങ്ങൾ-ചെയ്യാവുന്നതും ചെയ്യരുതാത്തതും; നന്മതിന്മകൾ. മഹിതസ്നേഹം-ശ്രേഷ്ഠമായ സ്നേഹം. ധർമ്മരഹസ്യം-ധർമ്മത്തിന്റെ രഹസ്യം. അന്തരാനിഹിതം-മനസ്സിൽ നിക്ഷിപ്തം. നിത്യവിഭിന്നം-എന്നും മാറിക്കൊണ്ടിരിക്കുന്നത്. ചെയ്യേണ്ടതും ചെയ്യരുതാത്തതും എന്തൊക്കെയാണെന്നുള്ള ധർമ്മശാസ്ത്രത്തിന്റെ പാഠങ്ങളോർത്ത് ഉദാത്തമായ സ്നേഹത്തെ നിന്ദിക്കരുത്. ഈ നിയമങ്ങളൊക്കെ ധർമ്മത്തിന്റെ വിശദമായ പര്യാലോചനാ വിഷയങ്ങളാണ്. ധർമ്മരഹസ്യങ്ങൾ മനസ്സിൽ മറഞ്ഞിരിക്കുന്നു. ലോകനീതി എന്നും

മാറിക്കൊണ്ടുമിരിക്കുന്നു.

57. ജനനീതിസീമ-ലോകനീതിയുടെ അതിര്. തിറമായി-ഭംഗിയായി, കൃത്യമായി. അപൂർണ്ണരാഗികൾ-പൂർണ്ണമല്ലാത്ത സ്നേഹത്തോടു കൂടിയവർ. നിറയും രതി-പൂർണ്ണമായ സ്നേഹം. ലോകസംഗ്രഹം. ലോകനീതിയുടെ പാലനം. കുറിയാക്കാ-ലക്ഷ്യമാക്കുകയില്ല. പൂർണ്ണമല്ലാത്ത സ്നേഹത്തോടുകൂടിയവർ ലോകനീതികളെന്തെന്ന് അറിയുകയും അവ കൃത്യമായി പരിപാലിക്കുകയും ചെയ്യും. എങ്കിലും പരിപൂർണ്ണസ്നേഹം ലോകമര്യാദകളെ ലക്ഷ്യമാക്കുകയോ, ഭയപ്പെടുകയോ ചെയ്യുന്നില്ല.

58. സുപരീക്ഷിതം-നന്നായി പരീക്ഷിക്കപ്പെട്ടത്. അപശങ്കം-സംശയങ്ങൾ (ശങ്കകൾ) അകന്നത്. മുമ്പിതേലുകിൽ-മുമ്പ്+ഇത്+ഏലുക-നേരത്തെ ഈ അവസ്ഥ ഉണ്ടായിരുന്നെങ്കിൽ. ത്രപ-ലജ്ജ. അപരോക്ഷം-പരോക്ഷമല്ലാതെ. പ്രിയഹസ്തപീഡനം-പ്രിയപ്പെട്ടവന്റെ കൈകൊണ്ടുള്ള പിടിക്കൽ. പീഡനം-പാണിഗ്രഹണം. എന്റെ മനസ്സ് ഇപ്പോൾ ശരിയായി പരീക്ഷിക്കപ്പെട്ട അവസ്ഥയിലാണ്. എല്ലാവിധ ശങ്കകളും ദുരീകൃതമായിരിക്കുന്നു. ഈ ഉള്ളുറപ്പ് നേരത്തെ എനിക്കുണ്ടായിരുന്നെങ്കിൽ അന്നുതന്നെ ലജ്ജാവിഹീനയായി പ്രത്യക്ഷത്തിൽ എന്റെ പ്രിയനെ പാണിഗ്രഹണം ചെയ്തേനെ.

59. അതീവബാഹ്യം-ഏറ്റവും ബാഹ്യമായ. സ്ഫുടം-വ്യക്തം. അന്തരാത്മികം-അന്തരാത്മാവിനെപ്പറ്റിയുള്ളത്. ദേഹികൾ-ആത്മാക്കൾ. ശരീരം കേവലം പുറംകൂടുമാത്രമാണ്. അതിനോടു ബന്ധപ്പെട്ടുള്ളത് ബാഹ്യലോകവും. സ്പഷ്ടമായ സ്നേഹം അന്തരാത്മാവിൽ കുടികൊള്ളുന്നു. അതിനെ ആത്മാക്കൾക്ക് എങ്ങനെയാണ് തോഴീ, ഉപേക്ഷിക്കാൻ സാധിക്കുക.

60. അലം-മതി. ഇലയാ-ചലിക്കുകയില്ല. മാംസകഞ്ചുകം-മാംസക്കുപ്പായം; സ്ഥൂലമായ ശരീരം. എന്റെ തോഴീ, അതിരുകടന്ന ഭയം മതിയാക്കുക. അതുകൊണ്ട് എന്റെ മനം ഇളകുകയില്ല. ലോകനീതികൾ (തത്ക്കാലം) ഞാൻ പരിഗണിക്കുന്നില്ല. മാംസക്കുപ്പായമായ ശരീരത്തെ വിലവയ്ക്കാത്തവർ കുലനീതിയെ ഭയക്കുന്നില്ല.

61. ഭയസീമ-ഭയത്തിന്റെ പരമമായ അവസ്ഥ. അനാരതം-എല്ലായ്പ്പോഴും. ജീവികൾ എല്ലായ്പ്പോഴും മരണത്തെ ഭയത്തിന്റെ പരമാവസ്ഥയായി കരുതുന്നു. എന്നാൽ വിരഹാർത്തയായ എനിക്ക് ഇപ്പോൾ ഭയങ്കരമായിത്തോന്നുന്നത് ജീവിതമാണ്.

62. അത്തൽ-ദുഃഖം. ഇനിയിപ്പോൾ എന്താണു ചെയ്യുക? വരാനുള്ള ദുഃഖങ്ങളെക്കുറിച്ച് വിചാരപ്പെടാതെ, നമുക്ക് വേഗം പുറപ്പെടാം. എന്റെ പ്രിയതമൻ ആ വനപ്രദേശം വിട്ടു പോവുകയില്ലെന്ന് എന്റെ മനസ്സു പറയുന്നു.

63. ജലാർത്ഥി-ജലത്തെ അർത്ഥിക്കുന്നവൻ. എൻമിഴി-എന്റെ ഉൾക്കണ്ണ് എന്ന അർത്ഥത്തിൽ. മരുഭൂമിയിലെ കഠിനമായ വെയിലിൽ ജലം തേടിക്കൊണ്ട് അലഞ്ഞുതിരിയുന്ന മാനിനെപ്പോലെ എന്റെ പ്രിയതമൻ എന്നെയോർത്ത് എരിയുന്ന നെഞ്ചോടുകൂടി പ്രതീക്ഷിച്ചു നോക്കുന്നത് ഞാൻ എന്റെ ഉൾക്കണ്ണുകൊണ്ടു കാണുന്നു.

64. വപുസ്സ്-ശരീരം. ഈർഷ്യ-അമർഷം. ഒരുന്മാദിനിയെപ്പോലെ ലീല പറയുന്നു. എന്റെ പ്രിയതമാ, ഇതാ ഞാൻ വരുകയായി. കരയാതിരിക്കുക. എന്റെ കരൾ നിന്റെ കൈയിൽത്തന്നെയാണ്. ആ ഹൃദയത്തിന്റെ പുറകെ എത്താൻവേണ്ടി ശരീരവും പാടുപെടുന്നു. പക്ഷേ, പറന്നെത്താൻ എനിക്കു ചിറകുകളില്ല; അതിനാൽ ഞാൻ അമർഷം കൊള്ളുന്നു.

65. തടസീമ-തീരത്തിന്റെ അതിർത്തി. എന്റെ തോഴീ, ഞാൻ വ്യക്തമായി പറയുന്നു. എന്നെ വെടിഞ്ഞിട്ട് എന്റെ പ്രിയൻ ഒരുകാലത്തും തന്റെ ജീവിതം ഉപേക്ഷിക്കയില്ല. തീരാതിർത്തിയിൽ രശ്മിയെ ഉപേക്ഷിച്ചിട്ട് സൂര്യൻ കടലിൽ പോയി മുങ്ങുകയില്ല.

66. സ്ഥിരചേതനകൾ-ഉറച്ച മനസ്സോടു കൂടിയവർ. പരസ്പരമേലും-തമ്മിൽത്തമ്മിലുള്ള. സമവായ വൈഭവം-കൂടിച്ചേരലിന്റെ മേന്മ. മോഹം-ഭ്രാന്തി. തമ്മിലുള്ള സ്നേഹത്തിന്റെ മേന്മ ഉറച്ച മനസ്സുള്ളവർക്ക് മാത്രമേ അറിയുകയുള്ളൂ. മറ്റൊരാൾക്ക് അതറിയാൻ പാടില്ല. അല്ലയോ വിജ്ഞയായ തോഴി. അതിനെ നീ ഭ്രാന്തായി കരുതരുത്.

67. ഇരവ്-രാത്രി. വിരഹോത്ക്കണ്ഠ-വിരഹവേദന. കോകനായകൻ-ആൺ ചക്രവാകം. രാത്രി ഇതാ തീരാറായി. വിരഹവേദന സഹിക്കാൻ കഴിയാതെ ആൺ ചക്രവാകം ഇണയെ താലോലിക്കാൻ വേണ്ടി ഇതാ കരയുകയാണ്.

1 മുതൽ 67 വരെ വൃത്തം: വിയോഗിനി
ലക്ഷണം: വിഷമേസസജംഗവും സമേ
സഭരംലംഗുരുവും വിയോഗിനി

68. സകരുണം-കരുണയോടു കൂടി. സഹ്യം-സഹിക്കാൻ പറ്റുന്നത്. പികമൊഴി-കുയിലിന്റെ ശബ്ദത്തോടു കൂടിയവൾ; സുന്ദരി. പികം-കുയിൽ.

അന്യദുഃഖം-മറ്റുള്ളവരുടെ ദുഃഖം. വളരെ ദയനീയയായി ഇത്രയും പറഞ്ഞ് ദുഃഖം സഹിക്കാൻ വയ്യാതെ ആ സുന്ദരി (കുയിൽ മൊഴി) വിലപിച്ചു; അപ്പോൾ അവളുടെ തോഴിയും കണ്ണുനീർ പൊഴിച്ചു പോയി. അന്യരുടെ ദുഃഖം ദൂരത്തിരുന്നു പറഞ്ഞാൽ പോലും അനുകമ്പാ ശീലമുള്ളവർക്ക് അതുൾക്കൊള്ളാൻ കഴിയും. കൺമുമ്പിലാണെങ്കിൽ പിന്നെ പറയാനുണ്ടോ?

ഈ ശ്ലോകത്തിന്റെ വൃത്തം: മാലിനി
ലക്ഷണം: നനമയയുഗമെട്ടിൽത്തട്ടണം മാലിനിക്ക്

69. പ്രസന്ന കുലദൈവം-സന്തുഷ്ടയായ കുലദേവത. വെളിവായ്-എല്ലാവരും അറിഞ്ഞു തന്നെ. വിന്ധ്യേശ്വരിസേവാബദ്ധകുതൂഹലം-വിന്ധ്യേശ്വരിയെ സേവിക്കുന്നതിൽ ദൃഢമായ താത്പര്യത്തോടുകൂടി. വിന്ധ്യേശ്വരി-വിന്ധ്യാപർവതത്തിൽ കുടികൊള്ളുന്ന ദേവി. ഓരുംവിധം-വിചാരിക്കുന്നതുപോലെ. ഇത്രയുമായപ്പോൾ രാത്രി അവസാനിച്ചു. തന്റെ സ്വാമിനിയുടെ പ്രേമദാർഢ്യം പരീക്ഷിച്ചറിയാനെന്നവണ്ണം ഇതുവരെ എതിർവാദം നടത്തിയ മാധവി പെട്ടെന്ന്, ഭക്തയെ അനുഗ്രഹിക്കുന്ന കുലദേവതയെപ്പോലെ, തന്റെ ഭാവം മാറ്റി; ലീലയുടെ തീരുമാനത്തിൽ അനുകൂലയായി. ലോകാപവാദത്തിന് ഇടകൊടുക്കാതെ ലീലയെ സഹായിച്ചു. വിന്ധ്യാവനത്തിൽ കുടികൊള്ളുന്ന ദേവതയെ പൂജിക്കുന്നതിൽ ലീലയ്ക്ക് വർദ്ധിച്ച താത്പ ര്യമുണ്ട്. അതുകൊണ്ട് അവൾ അതിനായി പുറപ്പെടുന്നു എന്ന് എല്ലാവരും ധരിക്കെ വ്യക്തമായി പറഞ്ഞു. ഈ ശ്ലോകത്തിന്റെ വൃത്തം: ശാർദ്ദൂലവിക്രീഡിതം. ലക്ഷണം: പന്ത്രണ്ടാൽ, മസജം സതംതഗുരുവും ശാർദൂലവിക്രീഡിതം.

70. ചിത്തസത്ത്വങ്ങൾ-മനസ്സും ആത്മാവും. ബാഹ്യേന്ദ്രിയം-പഞ്ചേന്ദ്രിയങ്ങൾ. വളരെ ദൂരം യാത്രചെയ്ത് പല ദിവസങ്ങൾ കൊണ്ട് അവർ വിന്ധ്യാവനത്തിന്റെ അടുത്തെത്തി. ആ വനം മുന്നിൽ കണ്ടിട്ട് അവർ ഇരുവരും അതിൽ പ്രവേശിച്ചു. ബാഹ്യേന്ദ്രിയങ്ങളെ ദൂരെയാക്കി സ്വപ്നലോകത്ത് സഞ്ചരിക്കുന്ന മനസ്സും ആത്മാവും എന്നപോലെ സ്വജനങ്ങളെ പിന്നിൽ നിർത്തിയിട്ട് അവർ കാടിന്റെ ഉള്ളിൽ പ്രവേശിച്ചു.

വൃത്തം: മന്ദാക്രാന്ത
ലക്ഷണം: 'മന്ദാക്രാന്താ മദനതതഗം നാലേഴുമാറായ്ഗം'

മൂന്നാം സർഗം

1. ലീല സ്വജനങ്ങളെ വിട്ടുപോയ ശേഷം എന്ന താത്പര്യത്തോടെയാണ് കവി 'അഥ' എന്നു പ്രയോഗിച്ചിരിക്കുന്നത്. ആർത്തിയാണ്-വർദ്ധിച്ച ആഗ്രഹത്തോടെ അധരിത കിന്നര നാരിമാർ-സൗന്ദര്യത്തിന്റെ കാര്യത്തിൽ കിന്നര സ്ത്രീകളെ താഴെയിറക്കിയവർ. (ഒരു വിഭാഗം ദേവ സ്ത്രീകളാണിവർ; ലീലയും മാധവിയും അതീവ സുന്ദരികളെന്നു സാരം) പൃഥുമുകിൽ-വലിയ മേഘം. അകന്ന കൂട്ടുതേടും -പിരിഞ്ഞുപോയ സതീർത്ഥ്യരെ അന്വേഷിക്കും. വിധുരവലാകകൾ- വിരഹവിവശരായ വെള്ളിൽപ്പക്ഷികൾ. വലാക-വെള്ളിൽപ്പക്ഷി. വനത്തിൽ പ്രവേശിച്ച അവർ മദനനെത്തേടിയലഞ്ഞു.

2. കുസുമിത വനകാന്തി-പുഷ്പങ്ങൾ പൂത്തു നിൽക്കുന്ന വനത്തിന്റെ ശോഭ. ആത്മകാന്ത വ്യസനിനി-സ്വന്തം ഭർത്താവിൽ അതിയായി താത്പര്യമുള്ളവൾ. വിചാരിയാതെ-ഓർക്കാതെ. അസുലഭമണി-സുലഭമല്ലാത്ത രത്നം. അസദൃശം-തുല്യമില്ലാത്തത്. ആകരം-ഖനി. ധാതുഭംഗി-ധാതുദ്രവ്യങ്ങളുടെ ശോഭ. ആത്മകാന്തനിലുള്ള അതിയായ ആർത്തികൊണ്ട് വനത്തിന്റെ ശോഭ ലീല അറിഞ്ഞതേയില്ല. അപൂർവമായ രത്നം അന്വേഷിക്കുന്നവൻ നിസ്സാരങ്ങളായ സൗന്ദര്യ ഘടകങ്ങളെ പരിഗണിക്കയില്ലല്ലോ?

3. ഉരുതര ചമ്പകഗന്ധം-ചമ്പകപ്പൂവിന്റെ വർദ്ധിച്ച പരിമളം. പരിചിൽ-അഴകായി. ഹരിച്ചു-ആകർഷിച്ചു. നർമ്മദോർജി-നർമ്മദാനദിയിലെ തിര. ഊർമ്മി-തിര. ചമ്പകപ്പൂവിന്റെ ഗന്ധം വഹിക്കുന്നതും നർമ്മദാനദിയിലെ ഓളങ്ങളിൽ തട്ടിവരുന്നതുമായ തെന്നൽ ആ സുന്ദരിയുടെ ഹൃദയം കവർന്നു.

4. സുഖദം-സുഖം കിട്ടുന്നത്. എന്തു ചിത്രം-എത്രയോ മനോഹരം. മുഖരസം-മുഖത്തെ ഭാവം. ചമ്പകഗന്ധത്തെ സൂചിപ്പിക്കാനായിട്ടാണ് 'ഇതു' എന്നു പ്രയോഗിച്ചിട്ടുള്ളത്. മിന്നുകല്ലീ-മിന്നുകയല്ലേ. നിഖിലവനാവലി-വനങ്ങളുടെ കൂട്ടം മുഴുവനും. ആവലി-സമൂഹം. എങ്ങു

നിന്നോ വരുന്ന ചമ്പകപ്പൂവിന്റെ സൗരഭ്യം ഈ വനത്തിന്റെ മുഖഭാവത്തെയാകെ മാറ്റിക്കളഞ്ഞു. വനസമൂഹം മുഴുവനും ഉറക്കത്തിൽ നിന്നുണർന്നതുപോലെയായി.

5. നലമൊട്-നന്മയോടെ. തരുനായ കാന്തികം-വൃക്ഷങ്ങൾക്ക് നായകനായവൻ. അന്തികം-അടുത്ത്. അലർ-പൂവ്. ലളിതലതാവലി-സുന്ദരങ്ങളായ വള്ളികളുടെ കൂട്ടം. ലാസ്യം-നൃത്തത്തിന്റെ വ്യത്യാസം. വലിയ വൃക്ഷത്തിന്റെയടുത്ത് പല പക്ഷികൾ കൂടി പാടുന്നു. പൂവും തളിരുമുള്ള വള്ളികൾ കാറ്റിലാടുകയും ചെയ്യുന്നു.

6. ഭിദുരം-ഭേദിക്കുന്നത്. 'അഹഹ' ആശ്ചര്യസൂചകമായ പ്രയോഗം. പൂർവവിസ്മൃതി-കഴിഞ്ഞുപോയതിനെപ്പറ്റിയുള്ള മറവി. മൃദുതരം-കൂടുതൽ മൃദുവായ. തരംഗരംഗം-അലയാകുന്ന രംഗം. ലോലം-മനോഹരം. ഹൃതം-കവരുന്നത്. ഹേമപുഷ്പം-ചെമ്പകപ്പൂവ്. ഇളംകാറ്റിന്റെ അലകളാകുന്ന രംഗത്ത് നൃത്തം ചവിട്ടി ഹൃദയത്തെ കവർന്നു കൊണ്ട് ഇഷ്ടപ്പെട്ട ചെമ്പകപ്പൂമണം ഈ വഴി വരുന്നു.

7. ഇളയതെന്നൽ-ഇളംതെന്നൽ. അവികലനിർമ്മലർ-തീർത്തും നിർമ്മലർ. അവികലം-പൂർണ്ണം. അവിതഥം-സത്യസ്വരൂപൻ. വിതഥ-അസത്യം. ജീവിതദൈവതം-ജീവനായകൻ.

8. ഉരുകിസലയചാരുശാഖ-കൂടുതൽ തളിർ നിറഞ്ഞ് മനോഹരമായ ശാഖ. വനത്തിന്റെ തെക്കുഭാഗത്തുള്ള വൃക്ഷക്കൂട്ടം നമ്മെ മാടിവിളിക്കുന്നൂ തോഴി.

9. അരുളി-പറഞ്ഞു. ത്വര-തിടുക്കം. മുതൽ-കരുതിവച്ചിരിക്കുന്ന ധനം. ഇവ്വണ്ണമൊക്കെ പറഞ്ഞശേഷം സംശയലേശമില്ലാതെ വനത്തിൽ താൻ സൂക്ഷിച്ചുവെച്ചിട്ടുള്ള നിധിയെടുക്കാൻ പരിചിതമായ ഉടമസ്ഥ നടന്നു പോകുന്നതുപോലെ അവൾ നടന്നു.

10. ഗിരികടകം-മലയുടെ താഴ്വര. മഞ്ജു-മനോഹരമായ. രേവാ-നർമ്മദാനദി. ഉരുകുസുമം-വളരെയധികം പൂക്കളോടു കൂടിയ. ഉദാരശോഭം-ഗംഭീരമായ ശോഭയുള്ളത്. ആരാൽ-അടുത്ത്. നർമ്മദാനദിയുടെ തീരത്ത് അവരെത്തുന്നതും ആ ഭാഗത്തെ വനഭംഗിയും കവി വർണ്ണിച്ചിരിക്കുന്നു.

11. പൊൻപൂവിടപികൾ-പൂത്ത ചെമ്പകമരങ്ങൾ. വിടപി-വൃക്ഷം. അതിമോഹ ലോലിതാംഗി-അനുരാഗാദിക്യം കൊണ്ട് ചുവന്ന ശരീരത്തോ

ടുകൂടിയവൾ. പുളകപാളി-രോമാഞ്ചക്കൂട്ടം. അശോകശാഖി-അശോകമരം.

12. അനർഗ്ഗളബാഷ്പവൃഷ്ടി-ഇടമുറിയാതെയുള്ള കണ്ണുനീർതൂകൽ. വിഹ്വലാംഗി-ഭയപരവശമായ ശരീരത്തോടു കൂടിയവൾ. ഇടമുറിയാതെ തൂകുന്ന കണ്ണീരോടുകൂടി ആ വനത്തെ അവൾ കൈകൂപ്പി തൊഴുതു. എന്നിട്ട് വികാരപരവശയായി, നിഴൽപോലെ തന്നെ പിന്തുടരുന്ന തോഴിയെ ആലിംഗനം ചെയ്തു.

13. തനുഭാരം-ശരീരത്തിന്റെ ഭാരം. വിലങ്ങുന്ന-വിലങ്ങി നിൽക്കുന്ന. അനലഖിലോജ്ജ്വലം-അഗ്നിജ്വാലപോലെ ഉജ്ജ്വലം. വീണാനിനഭ- വീണയുടെ ശബ്ദത്തിനു തുല്യമായ ശബ്ദത്തോടുകൂടിയവൾ. നിനദം-ശബ്ദം. സമുദ്ഗതഗദ്ഗദം-ഉയർന്നുവന്ന തൊണ്ടയിടറൽ. കഥിച്ചു-പറഞ്ഞു. ലീലയുടെ ശരീരഭാഗം മാധവി താങ്ങവേ അഗ്നിജ്വാലപോലെ ഉജ്ജ്വലമായ ഒരു കൈ വിലങ്ങനെ വനത്തിനു നേരെ ചൂണ്ടി വീണാ ശബ്ദത്തിനു തുല്യമായ ശബ്ദമുള്ള അവൾ തൊണ്ടയിടറിക്കൊണ്ട് ഇപ്രകാരം പറഞ്ഞു.

14. കുസുമശബളകാന്തി-പല നിറങ്ങളോടുകൂടിയ പൂക്കളുടെ ശോഭ. നഭസ്സ്-ആകാശം. പ്രസൃമരം-പരന്നിരിക്കുന്നത്; വ്യാപിക്കുന്നത്. സ്ഫുടചമ്പകാതപം-വിരിഞ്ഞ ചമ്പകപ്പൂക്കളാകുന്ന വെയിൽ, ആതപം-വെയിൽ. അസമയരമണീയം-അസമയവും രമണീയവുമായത്. സുസഖി-നല്ല സഖി; തോഴി. ഉഷസ്സുഷമ-പ്രഭാതത്തിന്റെ നല്ല ശോഭ. നിത്യഭാവം-ശാശ്വതമായ ഭാവം. അസമയത്തുപോലും ചമ്പകപ്പൂക്കൾ വിരിഞ്ഞുനിൽക്കുന്നതിനാൽ പൊന്നൊളിപൂശുന്ന ഉഷസ്സിന്റെ നിത്യകാന്തി വനത്തിനു കൈവന്നു.

15. ചിത്രവർണ്ണം-ശബളമായ നിറം. ചലദനിലംപ്രതി-ചലത്+അനിലം പ്രതി-ചലിക്കുന്ന കാറ്റുതോറും. ചാരുചിത്രഗന്ധം-മനോഹരവും വിചിത്രവുമായ ഗന്ധം. വിസൃമരചിത്രനാദം-പരക്കുന്നതും വിചിത്രവുമായ ശബ്ദം. ഒന്നാമുലക്-ഒന്നാം+ഉലക്-ഏകലോകം. ഇത്രമാത്രം സുന്ദരമായ പ്രകൃതി അവൾക്ക് വലിയ ആനന്ദം നൽകി.

16. ഗഗനതടം-ആകാശതടം. നഗപതി നീല നിതംബപൂവ്-പർവതശ്രേഷ്ഠന്റെ (വിന്ധ്യാപർവതം) നീലമായ സാനുപ്രദേശം. ഭഗിനി-സഹോദരി. അഗണിത ദിവ്യവിഭൂതി-എത്രയാണെന്നു നിശ്ചയിക്കാൻ വയ്യാത്ത ഐശ്വര്യം. ഈ പർവതഭൂമിയ്ക്കു കൈവന്ന ഐശ്വര്യം

എന്തുകൊണ്ടായിരിക്കാം എന്നു സാരം.

17. അനഘൻ-അഘമില്ലാത്തവൻ; പരിശുദ്ധൻ. അഘം-കളങ്കം. അമര കല്പൻ-അമരതുല്യൻ. ഇല്ലകില്ല്-സംശയമില്ല. മന്ദുര-കുതിരാലയം. വാജി-കുതിര. ദേവസമനും, പരിശുദ്ധനുമായി എന്റെ പ്രിയതമൻ ഈ വനത്തിൽ വാഴുന്നുണ്ട്. അതിൽ സംശയമില്ല തോഴീ; എന്റെ മനസ്സ് ഇവിടെത്തന്നെ നിന്നുപോകുന്നു; ലായം കണ്ട കുതിരയെപ്പോലെ.

18. നവ ചമ്പകോത്സുകൻ-പുതിയതായി വിടർന്ന ചമ്പകപ്പൂവിന്റെ താത്പ ര്യമുള്ളവൻ. മദ്ദയിതൻ-എന്റെ പ്രിയപ്പെട്ടവൻ. അഹേതുകമായി-കാ രണമില്ലാതെ. ആളി-തോഴി. ഏതൽ-ഇതിന്റെ. പ്രിയകരമഞ്ജരി-പ്രി യകരമായ പൂങ്കുല. മഞ്ജുഭൂതി-മനോഹരിയായ സന്ദേശവാഹിനി. കാരണത്തോടെയും, കാരണമില്ലാതെയും എന്റെ പ്രിയപ്പെട്ടവൻ ചമ്പ കപ്പൂവിൽ താത്പര്യമുള്ളവനാണ്. ചമ്പകപ്പൂങ്കുല ഞങ്ങൾക്കിരു പേർക്കും പ്രേമഭൂതിയായിരുന്നിട്ടുണ്ട്.

19. ഹേമമഞ്ജരി-ചമ്പകപ്പൂങ്കുല. മനതളിർ-(ഇളം) തളിരുപോലെ ലോല മായ മനസ്സ്. അനിതരസമരഭൂതി-തുല്യമായി വേറെയില്ലാത്ത ഐശ്വര്യം. അല്ലയോ ചമ്പകപ്പൂങ്കുലേ, ശുദ്ധശീലനായ എന്റെ പ്രിയ തമന് പ്രിയപ്പെട്ടത്-ഒന്ന് പൂക്കളുടെ ഇടയിൽ അതുല്യശോഭയുള്ള നീ; മറ്റൊന്ന് ഭാഗ്യഹീനയായ ഞാൻ.

20. വിധുത-ഉപേക്ഷിക്കപ്പെട്ട, ഇളക്കപ്പെട്ട. ഇളമരുത്-ഇളംതെന്നൽ. മഹസ്സ് -ശോഭ. അധരിതതാരക-നക്ഷത്രത്തെ കീഴ്പ്പെടുത്തിയത്. മധുപമ ലിനർ-മലിനരായ മധുപന്മാർ-പാപികളായ വണ്ടുകൾ. വിധുര വനാ വലി വല്ലിലമ്പടന്മാർ-ആർത്തന്മാരായി കാടുകളിലെ വല്ലികളിൽ അല ഞ്ഞുതിരിയുന്നവർ. (കാമാർത്തരായി ചുറ്റിക്കറങ്ങുന്നവർ.) വണ്ടുക ളിൽ ചമ്പകപ്പൂവിന്റെ അടുപ്പം കാണിക്കുന്നില്ല എന്ന് കവി സങ്കല്പം.

21. രമണൻ-പ്രിയപ്പെട്ടവൻ. സാർത്ഥം-അർത്ഥമുള്ളത്. ഇസ്സുമത്തിൽ-ഈ (ചമ്പക)പ്പൂവിൽ. സഹജരസം-ജന്മനായുള്ള രസം, സ്വാഭാവികമായ രസം. ഭയദീയരാജയോഗം-അങ്ങയുടെ അനുരാഗബന്ധം. മഹദ ഭിമതം-മഹന്മാരുടെ അഭിപ്രായം. ഓരാൻ-അറിയുന്നതിന്. സഹച രർ-കൂടെ ചരിക്കുന്നവർ, കൂട്ടുകാർ. ഏകനിദർശനം-പ്രധാനപ്പെട്ട തെളിവ്. എന്റെ പ്രിയപ്പെട്ടവനെ അങ്ങേയ്ക്ക് ചമ്പകപ്പൂവിലുള്ള സഹജമായ താത്പര്യം എത്രയോ അർത്ഥമുള്ളതാണ്. ഒരാളുടെ സ്വഭാവമറിയാൻ അയാളുടെ കൂട്ടുകാർ മുഖ്യതെളിവാണെന്നത് മഹാ

ന്മാരുടെ അഭിപ്രായമാണ്.

22. ദ്രുമം-വൃക്ഷം. നിശ്വസിച്ച്-നെടുവീർപ്പിട്ടുകൊണ്ട്. സമരുചിയാർന്ന-തുല്യമായ ശോഭയുള്ളത്. മനോജ്ഞഹസ്തതാർ-മനോഹരമായ, പൂപോലെയുള്ള കൈ. ചൂഡ-നെറുക. മുത്തി-ചുംബിച്ചു. അനന്തരം അവൾ ചമ്പകമരത്തെ നോക്കി നിശ്വസിച്ചു. ചമ്പകപ്പൂപോലെ പ്രഭയുള്ള കൈകൊണ്ട് പൂവിറുത്ത് അതിനെ ചുംബിക്കുകയും, മാറിലണയ്ക്കുകയും, പിന്നെ നിറുകയിൽ ചൂടുകയും ചെയ്തു.

23. സാദ്ധ്വീമണി-പതിവ്രതാരത്നം. അലംകൃതയാക്കുക-അലങ്കരിച്ചണിയിക്കുക.

24. അവഹിതം-ശ്രദ്ധയോടെ. അവിരതം-തുടർച്ചയായി. ആർത്തിനിബന്ധനസ്വനം-ദുഃഖങ്ങൾ കാരണമായുണ്ടാകുന്ന ശബ്ദം. സംഗമഗന്ധബന്ധുരം-കൂടിച്ചേരുന്നതു വഴിയുള്ള ഗന്ധത്താൽ മനോഹരമായ. ഇതാ തോഴീ, അവന്റെ വിലാപസ്വരങ്ങൾ ഇവിടെ കേൾക്കുന്നു. അവനുമായുള്ള ബന്ധം കൊണ്ട് ഉണ്ടായ സുഗന്ധം ഈ വഴികളെയും മനോജ്ഞങ്ങളാക്കിയിരിക്കുന്നു. അവന്റെ വഴികളെ വേർതിരിച്ചറിയാൻ ഈ സുഗന്ധം മതിയാകും.

25. വിചികിത്സ-സംശയം. പടിമ-സാമർത്ഥ്യം. ഝടിതി-പെട്ടെന്ന്. ദർപ്പണം -കണ്ണാടി. വാപി-കുളം. ഹ്രദം-കയം. എന്റെ മനസ്സ് ഇപ്പോൾ പൊടി തുടച്ച കണ്ണാടിപോലെയും ചളി തെളിഞ്ഞ കുളംപോലെയും ആയി ത്തീർന്നിരിക്കുന്നു. എല്ലാം എനിയ്ക്കെന്റെ മനസ്സിൽ തെളിഞ്ഞു കാണാം.

26. സ്വവശ സുലഭഭൂഷ-സ്വന്തം കൈവശത്തിൽ സുലഭമായുള്ള അലങ്കാരവസ്തുക്കൾ. അവയവപംക്തി-അവയവസമൂഹം. സവിധം-സമീപം. അവികലശോഭ-പരിപൂർണ്ണമായ ശോഭ.

27. ത്വരിതം-പെട്ടെന്ന്. സ്ഫുരിതതനുപ്രഭം-തിളങ്ങുന്ന ശരീരകാന്തിയോടുകൂടി. ബദ്ധവേഗം-വേഗത്തിൽ. തരുനികുഞ്ജം-മരങ്ങൾക്കിടയിലെ വള്ളിക്കുടിൽ. പുക്കാൾ-അവൾപൂകി; പ്രവേശിച്ചു. തരളതടില്ലത-ഇളകുന്ന മിന്നൽപ്പിണർ. കന്ദരം-ഗുഹ. കണക്കെ-എന്നതുപോലെ.

28. മതം-അഭിപ്രായം. വസന്തകാന്തി-വസന്തകാലത്തുള്ള ശോഭ.

29. അനുപദം-പദംതോറും-അവയവങ്ങൾതോറും എന്നു താത്പര്യം. ജന്മരമ്യം-ജന്മനാ മനോഹരമായ. നിർഗ്ഗമിച്ചു-പുറത്തുവന്നു. ഘനമനല

പുടം-ഘനം+അനലപുടം-ഘനമായ മൂശ. അനലപുടം-മൂശ, ഉല. കാളുക-ജ്വലിക്കുക. കനകശലാക--സ്വർണ്ണക്കമ്പി. ശലാക-കമ്പി.

30. വിരളമണി-അപൂർവരത്നം. പരിഹിതം-ധരിച്ചിട്ടുള്ള. നീലനവാംബരം-നീലനിറമുള്ള പുതിയ വസ്ത്രം. (നീല നിറമുള്ള പുതിയ ആകാശം എന്നും അർത്ഥം കല്പിക്കാം.) പരിഗത സുമകാലം-വന്നണഞ്ഞ പൂക്കാലം. സ്ഫുരിത പരാഗ മനോഹരം-തിളങ്ങുന്ന പൂമ്പൊടിയാൽ മനോഹരമായ. വരാംഗി-ശ്രേഷ്ഠമായ ശരീരമുള്ളവൾ. അപൂർവരത്നങ്ങൾ പോലെയുള്ള പൂക്കളണിഞ്ഞും നീലനിറമുള്ള പുതിയ വസ്ത്രത്തിന്റെ ശോഭ വഹിച്ചും തിളങ്ങുന്ന പൂമ്പൊടിയണിഞ്ഞും ആഗതമായ വസന്തകാലംപോലെ ആ സുന്ദരി ശോഭിച്ചു.

31. വിചിത്രവർണ്ണം-പല നിറങ്ങൾ. ഏലുക-വഹിക്കുക. തനുഗാത്രി-സുന്ദരി; കൃശമായ ശരീരത്തോടു കൂടിയവൾ.

32. വ്യവസിതസിദ്ധി-ശ്രമത്തിന്റെ ഫലപ്രാപ്തി. സവിധം-അടുത്ത്. ആളി -തോഴി. അവയവസാദം-അംഗങ്ങളുടെ തളർച്ച. സാദം-തളർച്ച. അവിടം തിരിച്ചറിയാൻ പ്രയാസമുണ്ടായിരുന്നില്ല. ലീലയുടെ ശ്രമത്തിന് ഫലപ്രാപ്തിയുണ്ടാകണമെന്ന് തോഴിയായ മാധവി ആഗ്രഹിച്ചു. അവൾക്ക് വല്ലാത്ത ക്ഷീണവുമുണ്ടായിരുന്നു. അതുകൊണ്ടൊക്കെ അവൾ അടുത്തൊരിടത്ത് മറഞ്ഞിരുന്നു വിശ്രമിച്ചു.

33. മടുമലർശില-തേനുള്ള പൂക്കൾ നിറഞ്ഞ കല്ല്. അന്തിമേഘക്കൊടുമുടി-സന്ധ്യാമേഘത്തിന്റെ മുകൾഭാഗം. തടം-താഴ്വര. സ്ഫുടകിരണങ്ങൾ-തിളക്കമുള്ള രശ്മികൾ.

34. പ്രിയമൊഴി-പ്രിയം തരുന്ന വാക്ക്. കപോതഹൂതഘോഷം-പ്രാവുകളുടെ കുറുകലിന്റെ ശബ്ദകോലാഹലം. കപോതം-പ്രാവ്. ഹൂതം-കൂവൽ. കുറുകൽ. പ്രവൃദ്ധരാഗം-വർദ്ധിച്ച പ്രേമം. കൂഹു കൂഹു നിനാദം-കൂഹൂ കൂഹൂ എന്ന ശബ്ദം.

35. അടിപടലികൾ-വണ്ടിൻകൂട്ടങ്ങൾ. രന്ധ്രമേലും-ദ്വാരമുള്ള. രന്ധ്രം-ദ്വാരം. മരുത്തിലുലഞ്ഞ്-കാറ്റത്ത് ഉലഞ്ഞു.

36. തിരുവടി-തൃപ്പാദം. മൗലി-ശിരസ്സ്. ചിരവിയുക്തദർശനം-ഏറെനാളായി നഷ്ടപ്പെട്ടിരുന്ന ദർശനം. ദയാലോ-അല്ലയോ, ദയയുള്ളവനേ.

37. ചെറുതുമെന്നിലപ്രിയം-എന്നിൽ അല്പമെങ്കിലും ഇഷ്ടമില്ലായ്മ.

ചെറുതും-അല്പമെങ്കിലും, സ്ഥിരചരിത-ഉറച്ച മനസ്സ്; ശീലം; ചരിത്രം, മദീയ ജീവിതം-എന്റെ ജീവിതം. അഭിവാഞ്ഛ-താത്പര്യം.

38. ഇങ്ങുകാലം വരുമതിന്-അതിന് സമയമുണ്ടാകും; അവസരം കൈവരും. അച്ഛൻ അനുവാദം തരും എന്നതിനെ സൂചിപ്പിക്കാൻ വേണ്ടി 'അതിന്' എന്നു പ്രയോഗിച്ചിരിക്കുന്നു. ഗുരുജനഭയപഞ്ജു രസ്ഥ-ഗുരുജനങ്ങളെപ്പറ്റിയുള്ള ഭയമാകുന്ന കൂട്ടിൽ സ്ഥിതി ചെയ്യു ന്നവൾ. (പിതാവിനെ താൻ ഭയപ്പെട്ടിരുന്നു) ദത്തയായി-കൊടുക്ക പ്പെട്ടവളായി. പിതാവ് അനുവദിക്കും; അതിനുള്ള സമയം വരും ഈ ആലോചനയിൽ ഞാൻ കഴിഞ്ഞുകൂടി. പക്ഷേ, അച്ഛനെപ്പറ്റിയുള്ള ഭയമാകുന്ന കൂട്ടിലടയ്ക്കപ്പെട്ട ഞാൻ പൈങ്കിളിയെന്നപോലെ മറ്റൊ രുവനു നൽകപ്പെട്ടു.

39. മറ്റൊരുവനു നൽകപ്പെടുന്നതുവരെ എന്ന അർത്ഥത്തിൽ 'അതുവരെ' എന്നു പ്രയോഗം (വിവാഹസമയം വരെ) അതുല-തുല്യനായ മറ്റൊ രാളില്ലാത്തവൻ. തുല്യശീല-തുല്യമായ സ്വഭാവമുള്ളവൾ. ശ്ലഥമതി-ചപലമായ ബുദ്ധിയുള്ളവൾ. ദയനീയഭൃത്യ-ദയ അർഹിക്കുന്ന ഭൃത്യ. അതുല്യനായവനെ, എന്റെ വിവാഹസമയം വരെ ഞാൻ അങ്ങേയ്ക്കു സമമാണെന്നു അഭിമാനിച്ചു. എന്നാൽ വിവാഹം കഴി ഞ്ഞതോടെ എന്നെ അങ്ങയുടെ ദാസിയായി മാത്രം പരിഗണിച്ചു.

40. വരുതി ലഭിച്ചത്-അനുമതി കിട്ടിയത്. പരമഹിതം-ഏറ്റവും ഇഷ്ടമു ള്ളത്. ആയുഃസ്ഥിരത-ആയുസ്സിന്റെ സ്ഥിരത. നരത്വം-മനുഷ്യത്വം. ഇഷ്ടമുള്ളതു ചെയ്യാൻ മനുഷ്യനു സാധ്യമല്ല. ചെയ്യാൻ വിധി അനു കൂലമായാലും അതു ചെയ്യാൻ മനുഷ്യൻ കണക്കാക്കുന്നില്ല. പരമ മായ ഇഷ്ടം എന്താണെന്ന് ആർക്കും അറിയാൻ കഴിയുന്നുമില്ല. അഥവാ എന്താണെന്നറിയാൻ കഴിഞ്ഞാലും അതു ചെയ്തുതീർ ക്കാൻ തക്കവണ്ണം ആയുസ്സു ദീർഘിക്കുന്നുമില്ല. ചുരുക്കിപ്പറഞ്ഞാൽ മനുഷ്യന്റെ ഈ അവസ്ഥ ഏറ്റം ഹീനമാണ് (ഇത് വളരെ പ്രസിദ്ധ മായ ശ്ലോകമാണ്.)

41. പരവശ-അന്യനു കീഴ്പ്പെട്ടവൾ. അപ്രഗല്ഭ-തന്റേടം വന്നിട്ടില്ലാത്ത വൾ. വിരസത-രസമില്ലായ്മ. പരിണതം-പൂർണ്ണത വന്നത്; പാകമാ യത്. ഇവൾ അസ്വതന്ത്രയായിരുന്നു; തന്റേടം വന്നിട്ടില്ലാത്ത സമ യത്ത് വിരസത വരുത്തിയതിൽ വിരോധം തോന്നരുത്. അല്ലയോ, പ്രിയതമനേ, നീ വന്ന് കയ്പ് മാറി മധുരപാകംവന്ന ഫലം അനുഭ വിപ്പിച്ചാലും.

42. ചിരതരം-വളരെക്കാലം-അങ്ങയെപ്പറ്റി ആലോചിച്ച് എന്ന അർത്ഥത്തിൽ 'നിന്നിൽ വാണ്' എന്നു പ്രയോഗിച്ചിരിക്കുന്നു. ഗുണോൽക്കരം-ഗുണത്തിന്റെ ആധിക്യം. ഉൽക്കരം-കൂമ്പാരം. സ്ഥിരാത്മൻ-സ്ഥിരമായ മനസ്സുള്ളവൻ. നിമിഷാർദ്ധം-അരനിമിഷം.

43. മദുത്സുകൻ-എന്നിൽ താത്പര്യമുള്ളവൻ. അതിവിമലാശയൻ-ഏറ്റം ശുദ്ധമായ ഹൃദയമുള്ളവൻ. ആശയം-മനസ്സ്; ഹൃദയം. അന്യഥാ ധരിക്ക-മറ്റുവിധത്തിൽ മനസ്സിലാക്കുക; തെറ്റായി ധരിക്കുക. ദ്യുതി-പ്രകാശം. എഴില്ല-പൊങ്ങിവരികയില്ല. എഴുക-ഉയരുക. രാഗഭൂവ്-അനുരാഗത്തിന്റെ ഉറവിടം. മലീമസശങ്ക-മലിനമായ സംശയം, ശങ്ക. അല്ലെങ്കിൽ ഭയം അവസാനിപ്പിക്കാം. അങ്ങ് എന്നെക്കുറിച്ച് ഉത്സുകനാണ്. ഏറ്റം നിർമ്മലമായ മനസ്സോടുകൂടിയ അങ്ങ് എന്നെപ്പറ്റി തെറ്റായ ധാരണ വച്ചുപുലർത്തുകയില്ല. പ്രകാശത്തിൽ ഇരുട്ട് വളരുകയില്ല; അനുരാഗത്തിന്റെ ഇരിപ്പിടമായ അങ്ങയുടെ മനസ്സിൽ ശങ്കയുദിക്കുകയുമില്ല.

44. അനുനയിക്കുക-ഇണങ്ങിച്ചേരുക.

45. നയനപഥത്തിൽ-കൺമുന്നിൽ. അരതിദർശനം-വെറുപ്പു ജനിപ്പിക്കുന്ന കാഴ്ച. രതിതം-രതിയെ നൽകുന്നത്. ഒരു നിമിഷംപോലും എന്നെ വിട്ടുപിരിയാത്ത എന്റെ പ്രിയൻ എന്റെ കൺമുമ്പിലുണ്ടെന്നതു ശരിയാണ്; പക്ഷേ അത് (ആ രൂപം) നിഴൽപോലെ ഇന്ദ്രിയങ്ങൾക്ക് രസിക്കാൻ കഴിയാത്തതായതിനാൽ ഞാൻ വലഞ്ഞു.

46. അവഭയം-ഭയം ഇല്ലാതെ. അഴൽ-ദുഃഖം. അണഞ്ഞിവൾ-വന്നിരിക്കുന്നു.

47. പ്രണയശിഖി-പ്രണയമാകുന്ന അഗ്നി. ശിഖി-അഗ്നി. ഘൃണ-കരുണ.

48. കരുണകരുണം-ഏറ്റവും ദയനീയമായ വിധത്തിൽ. പുലമ്പി-വിലപിച്ചു. കരുമന-ദുഃഖം. മൂർച്ഛ-മോഹാലസ്യം വിരതപവനവാപി-കാറ്റ് നിലച്ച തടാകം. വിരതം-നിന്നുപോയ. പവനൻ-കാറ്റ്. വിരുതം-ശബ്ദം, മുരൾച്ച. ഗുല്മം-ചെടിപ്പടർപ്പ്.

49. പ്രണയനിഭൃതചിത്തം-പ്രണയം കൊണ്ട് നിശ്ചലമായ മനസ്സോടുകൂടി. നിഭൃതം-ചലനമില്ലാത്തത്. ഗണമൊടു കൂട്ടമായി; പരാഗങ്ങൾ-കിളികൾ. ബോധം നഷ്ടപ്പെട്ടതു പോലെയായിരുന്നു എന്ന അർത്ഥത്തിൽ അറിയാതെയിരുന്നു എന്നു പ്രയോഗം. ശാഖി-വൃക്ഷം.

50. ചടുലലതകൾ-ഇളകുന്ന വള്ളികൾ. വിടപികൾ-വൃക്ഷങ്ങൾ. അനുമൂർച്ഛ-സഹതാപത്തിൽ നിന്ന് ഒപ്പമുണ്ടാകുന്ന മോഹാലസ്യം. രംഗഭൂമി-അരങ്ങ്.

51. നിയതചരമയാനൻ-നിശ്ചിതമായ മരണയാത്ര ചെയ്യുന്നവൻ; എന്നും അസ്തമന പർവതത്തിലേക്കു യാത്ര നടത്തുന്നവൻ. ഓജഃക്ഷയദയനീയനഹസ്കരൻ-ശക്തി നഷ്ടപ്പെട്ട് ദയനീയനായ സൂര്യൻ. സ്വയം-ജന്മനാ. ഉചിതരാഗം-രാഗം-ചെമപ്പ്. അനുരാഗം-അനുരാഗം അല്ലെങ്കിൽ ചെമപ്പ് വർദ്ധിച്ചത്. കരം-കൈ; രശ്മി. എന്നും അസ്തമയ പർവതത്തിലേക്കു സഞ്ചരിക്കുന്നവനും അപ്പോൾ ശക്തി നഷ്ടപ്പെട്ടവനും, പ്രകൃത്യാ ചെമന്ന രശ്മികളുള്ളവനുമായ സൂര്യൻ വർദ്ധിച്ച സ്നേഹത്തോടെ ഭൂമിയെ തലോടി.

52. ഹൃദയഹരണം-ഹൃദയത്തെ ആകർഷിക്കുന്നത്. സദയത-ദയയുള്ള അവസ്ഥ. ചേതനം-ജീവനുള്ളവ. ഗദം-ശരീരത്തിന്റെ ക്ലേശം. മദനൻ ഇവിടെ എത്തുകയില്ലേ എന്ന് ലീല ദുഃഖിക്കുന്നു; എല്ലാ ജീവജാലങ്ങളിലും അത് വിലാപഗീതമായി തോന്നി.

53. ഉരഗനിരകൾ-പാമ്പുകളുടെ കൂട്ടം. ധൂർത്തവംശരാഗം-വഞ്ചകന്മാരുടെ കുഴലൂത്ത്. വംശം-മുളങ്കുഴൽ. തിരയും-അന്വേഷിച്ചുപോകും. വിഡംബഗാഥ-അനുകരിച്ചുള്ള പാട്ട്. വിഡംബം-അനുകരണം. സുരർ-ഈശ്വരന്മാർ. അലം-മുഴുവനായും. ഫലാർഹം-ഫലം അർഹിക്കുന്നത്. സരളമനോഹരം-ലളിതവും മനോഹരവുമായത്. വഞ്ചകരായ പാമ്പാട്ടികളുടെ കുഴലൂത്ത് കേട്ട് പാമ്പുകൾ ആ കുഴൽശബ്ദം അന്വേഷിച്ചു പോകുന്നു. അനുകരിച്ചു പാടുന്ന പാട്ടുകൾ കേട്ടുപോലും ഈശ്വരന്മാർ ഗായകന്റെ അരികിലെത്തുന്നു. ലളിതവും മനോഹരവുമായ ഈ പാട്ട് നിശ്ചയമായും ഫലം അർഹിക്കുന്നു.

54. വനമദ്ധ്യദീപിക-വനത്തിനുള്ളിലെ വിളക്ക്. ദീപിക-വിളക്ക്. വഴിയേ-പിന്നാലെ. അംബരവാണി-അംബരത്തിൽ നിന്നും വരുന്ന വാക്ക്, അശരീരി. 'വനത്തിനുള്ളിലെ വിളക്കേ നീ ദുഃഖിച്ചതുമതി. അതാ നിന്റെ പിന്നിൽ നിന്റെ നിഴൽ, അതുകണ്ടാലും' സമർത്ഥയായ തോഴിയുടെ ഇപ്രകാരമുള്ള വാക്ക് അശരീരിപോലെ അവൾ കേട്ടു.

55. ഉദിതബോധം-ഉണ്ടായ ഉണർവ്വ്. സതി-പതിവ്രത. പരവശതപിണഞ്ഞ-ക്ഷീണംബാധിച്ച. അംഗം-ശരീരം. വിരവിൽ-ഉടനെ. അടികൂപ്പുക-കാൽപാദം തൊട്ടു വന്ദിക്കുക.

56. വികൃതരൂപം-സുന്ദരമല്ലാത്ത രൂപം. വിസ്ഫുടാശം-ആഗ്രഹം വെളിപ്പെടുന്നതുപോലെ. ഇണമുമ്പിൽ-ഇണയുടെ മുമ്പിൽ. വിതിർത്ത-വിടർത്തിയ. കപോതി-പെൺപ്രാവ്.

57. വ്യവഹിതം-ഇടയ്ക്ക് വേർപെട്ടത്. ആഞ്ഞു നോക്കിനിന്നാൻ-ദൃഢമായി അവൻ നോക്കിനിന്നു. അസ്ഥിശേഷൻ-കേവലം അസ്ഥിരൂപം പോലെ ശേഷിച്ചവൻ. ധ്രുവം-തീർച്ചയായും. മാംസനിബദ്ധം-മാംസത്തോട് (ശരീരത്തോട്) മാത്രം ബന്ധപ്പെട്ടത്.

58. ഇതരേതരം-പരസ്പരം. ലാക്ക്-ലക്ഷ്യം. സ്വവദനം-തന്റെ തന്നെ മുഖം. എതിരിട്ട്-നേരിട്ട് കണ്ട്. ദർപ്പണം-കണ്ണാടി.

59. ദയിതൻ-പ്രിയൻ. നിയതം-നിരന്തരം. അഴൽ ചൂടുന്ന-ദുഃഖം കൊണ്ടു പൊള്ളുന്ന.

60. ശുഷ്ക്കമാകും വിടപി-ഉണങ്ങിയ വൃക്ഷം. മോഹനവല്ലി-മനോഹരമായ വള്ളി. വിവശം-തളർന്നത്.

61. മദജനകഭീഷ്ടരൂപം-മദം പിടിപ്പിക്കുന്നതും ഇഷ്ടകരവുമായ രൂപം. കദന വിമർദ്ദനം-ദുഃഖത്തെ പൂർണ്ണമായും ഇല്ലാതാക്കുന്നത്. അംഗസംഗം-അവയവ സ്പർശനം, ശരീരാശ്ലേഷം. സംഗം-ചേർച്ച. സദയമധുരവാക്ക്-ദയയുള്ളതും മധുരവുമായ വാക്ക്. ഉള്ളിലാഴും-ഹൃദയത്തിലേക്ക് ആഴ്ന്നിറങ്ങുന്ന. മദം ജനിപ്പിക്കുന്നതും, ഇഷ്ടം തോന്നിക്കുന്നതുമായ ആ രൂപത്തെ കാണുന്നതും, കദനത്തെ മുഴുവനായും അകറ്റുന്ന ആ ആലിംഗനവും, ദയ തോന്നിക്കുന്ന മധുരവാക്കും, ഹൃദയത്തിലേക്ക് ആഴ്ന്നിറങ്ങിയ മദനന് മോഹം അകന്നതുപോലെ തോന്നിച്ചു.

62. പ്രിയത-സ്നേഹം. പാർത്തു-ശ്രദ്ധിച്ചു; നോക്കി. മോഹനമോഹനം-അതിമനോഹരം. മുഖാബ്ജം-താമരപ്പൂ പോലെയുള്ള മുഖം. മുകർന്നാൻ-അവൻ ചുംബിച്ചു.

63. സുഖമീലിതാക്ഷി-സുഖംകൊണ്ട് അടഞ്ഞ കണ്ണോടുകൂടിയവൾ. അനുപദം-പദം തോറും, തൽക്ഷണം. അനുകൻ-പ്രിയപ്പെട്ടവൻ. അധന്യം-ഭാഗ്യമില്ലാത്തത്. ബാഹുബന്ധം-കൈകൾ കൊണ്ടുള്ള ബന്ധനം.

64. പ്രിയഖഗ-പ്രിയപ്പെട്ട പക്ഷീ, (മദനനെ പക്ഷിയായി കല്പിച്ചിരിക്കുന്നു.) കരമായ കൂടു-കൈയാകുന്ന കൂട്. ഖം-ആകാശം, ആകാ

ശത്തു ഗമിക്കുന്നത്. ഖഗം-പക്ഷി. ഭാഗ്യക്ഷയം-ഭാഗ്യത്തിനു നാശം സംഭവിക്കുന്നത്. പോകിലാം-പോവുകയാണ് എങ്കിൽ. ദുരന്തരാഗ പാശം-അവസാനമില്ലാത്ത അനുരാഗച്ചരട്. പാശം-ചരട്.

65. വസ്ത്രലേശം-അല്പം മാത്രം വസ്ത്രം. തടവും-ധരിക്കുന്ന. ദൂര ലക്ഷ്യൻ-ദൂരെയായി കാണപ്പെടുന്നവൻ. ഇളംപിറ-ബാലചന്ദ്രൻ. ലീനൻ-ലയിച്ചവൻ; മറഞ്ഞവൻ.

66. തരളഹൃദയ-തരളമായ ഹൃദയത്തോടു കൂടിയവൾ, വ്യാകുല മാനസൻ. ബാഢം-ഏറ്റവും. വരാംഗി-ശ്രേഷ്ഠ; സുന്ദരി. പരിണതി-പരിണാമം. വിധിവാദ്യം-വിധിയുടെ കൗടില്യം; പ്രതികൂലമായ അവസ്ഥ.

67. ഭൃശജവം-ഏറ്റവും വേഗത്തിൽ. ശശി-ചന്ദ്രൻ. അനുദ്രുത-പിന്നാലെ പോകുന്നവൾ; അനുഗമിക്കുന്നവൾ. സാധ്വി-പതിവ്രത. താരാവശഗ ത-പ്രധാനപ്പെട്ട നക്ഷത്രത്തെ ആശ്രയിച്ചു നിൽക്കുന്നത്. ചന്ദ്രന്റെ പിന്നാലെ സഞ്ചരിക്കുന്ന നക്ഷത്രമെന്നപോലെ ആ സാധ്വി അവനെ പിന്തുടർന്നു. പ്രധാനപ്പെട്ട നക്ഷത്രത്തെ ആശ്രയിച്ചു സഞ്ചരിക്കുന്ന ഉപനക്ഷത്രത്തെപ്പോലെ തോഴി അവളെയും പിന്തുടർന്നു.

68. അതിജവം-വളരെ വേഗത്തിൽ. തടിനീതടഗണ്ഡശൈലകൂടം-നദി യുടെ തീരത്ത് ഉയർന്നു നില്ക്കുന്ന പാറക്കൂട്ടത്തിന്റെ അഗ്രം. തടിനി-നദി. ഗണ്ഡം-അറ്റം. കൂടം-കൊടുമുടി; അഗ്രം. ധൂസര മേഘരേഖ-മങ്ങി വെളുത്ത നിറമുള്ള മേഘക്കഷണം.

69. അപരിഹാര്യം-പരിഹരിക്കാൻ വിഷമമുള്ളത്. കുണ്ഠ-നിരാശ; ഖിന്ന. അന്ധമായി-കാണാൻ കഴിയാതായി.

70. ആ നേരത്ത് എന്ന അർത്ഥത്തിൽ 'സമയമതിൽ' എന്നു പ്രയോഗിച്ചി രിക്കുന്നു. ഘോര വാരി ഭ്രമം-വെള്ളത്തിന്റെ ഘോരമായ ചുഴി; കു ത്തിയുള്ള ഒഴുക്ക്. അകാലികവൃദ്ധി-വെള്ളപ്പൊക്കം; അകാലത്തുള്ള വെള്ളക്കയറ്റം. രേവയാർന്നു-രേവാനദിയിലുണ്ടായി. ഘുമഘുമ എന്ന ശബ്ദത്തോടെ, രയഘോഷം-ഒഴുക്കിന്റെ ശബ്ദം. രയം-ഒഴുക്ക്. ആരാൽ ധൂർത്ത്. യമപുരി-കാലന്റെ പട്ടണം. ഭേരി-പെരുമ്പറ. ആ നേരത്ത് അതിഭയങ്കര ചുഴിയോടുകൂടി അകാലത്തിൽ വെള്ളം പൊങ്ങിയ നർമ്മദാ നദി ദൂരെ യമന്റെ പട്ടണത്തിൽ പെരുമ്പറ മുഴ ക്കിയതാണോ എന്നു തോന്നുമാറ് 'ഘുമഘുമ' എന്നു ഘോഷം മുഴ ക്കി.

71. ജലധി-സമുദ്രം. രേവാസവിധ വനങ്ങൾ-രേവാനദിയുടെ സമീപ ത്തുള്ള വനങ്ങൾ. പവനൻ-വായു. ഭുവനം-ലോകം. അപ്രസന്നമായി-പ്രസന്നമല്ലാതായി.

72. തൽപഥ-അവന്റെ വഴി. അവസിതം-അവസാനിച്ചത്. അനന്തരം, മദ നൻ അകന്നു പോയതിനാൽ അവന്റെ വഴി, പക്ഷി വിട്ടകന്നുപോയ വൃക്ഷംപോലെ ശൂന്യമായി. കഥയൊക്കെ ഇവിടെ തീർന്നിരിക്കുന്നു എന്ന് ആ പതിവ്രതി ബുദ്ധികൊണ്ടും ശുദ്ധികൊണ്ടും മനസ്സിലാക്കി.

73. കൃതാർത്ഥത-അഭിലാഷം നിറവേറുന്നതിലെ തൃപ്തി. ഹസിക്കുക-ചിരിക്കുക.

74. ജവം-പെട്ടെന്ന്. ധവള തരംഗങ്ങൾ-വെളുത്ത തരംഗങ്ങളാകുന്ന കൈകൾ. സതോഷം-തോഷത്തോടുകൂടി; സന്തോഷത്തോടുകൂടി. കൊള്ളിമീൻ-തീക്കൊള്ളി എരിയുന്നതുപോലെ ആകാശത്തുകൂടി അതിവേഗം പാഞ്ഞുപോകുന്ന നക്ഷത്രം. അവനതയാവത്-താണു പോകുന്നതായി.

75. മനമുഴറി-മനസ്സ് വേദനകൊണ്ട് ചഞ്ചലമായി. വിഷണ്ണ-വിഷാദമുള്ള വൾ. അപഹൃതധനൻ-ധനം അപഹരിക്കപ്പെട്ടവൻ. ലുബ്ധൻ-പിശു ക്കൻ. അപഗതദീപൻ-വെളിച്ചം, വിളക്ക് നഷ്ടപ്പെട്ടവൻ. അരണ്യപാ ന്ഥൻ-വനത്തിലെ യാത്രക്കാരൻ.

76. അതിനിഷ്ഠൂരം-വളരെ ക്രൂരമായത്.

77. വാസഭൂ-വസിക്കുന്ന സ്ഥലം. കംക്ഷിതം-ആഗ്രഹിക്കുന്നത്. അവിഭി തപരിണാമം-അവസാനം എന്താണെന്നറിയാൻ പാടില്ലാത്തത്. അനാ ഥ-നാഥനില്ലാത്തത്.

78. അനിശം-നിരന്തരം. അവനിഗർഭം-ഭൂഗർഭം. ആർന്ന്-ഉൾക്കൊണ്ട്. അനുഗതരം-തുടർന്നുകൊണ്ടിരിക്കുന്ന പ്രവാഹം.

79. വിദിതം-പ്രസിദ്ധം. ചലാചലത്ത്വം-സ്ഥിരമില്ലാത്ത അവസ്ഥ. കദനം -ദുഃഖം. സപദി-ഉടനെതന്നെ. ഹൃദയയുഗം-തമ്മിൽ ചേർന്ന് ഒന്നുപോ ലെയായ രണ്ടു ഹൃദയം. സ്ഥിരസൗഹൃദം-സ്ഥിരമായ സുഹൃദ് ഭാവം. ഹ്രദം-കയം അഥവാ, ചപലമെന്നു പറയുന്നതിന്റെ സുസ്ഥിരത പ്രസി ദ്ധമാണ്. (അല്ലയോ നർമ്മദേ) നീ ഇപ്രകാരം ദുഃഖിച്ചു കരയേണ്ട ആവശ്യമില്ല. ഇപ്പോൾ നീ നിന്റെ കയത്തിൽ ആ സ്ഥിര പ്രണയിനി കളെ വഹിക്കുന്നുണ്ടല്ലോ.

മൂന്നാം സർഗ്ഗത്തിൽ 1 മുതൽ 79 വരെ (79 ഉൾപ്പെടെ) യുള്ള ശ്ലോക ങ്ങളുടെ വൃത്തം പുഷ്പിതാഗ്ര.

ലക്ഷണം: 'നനരയ വിഷമത്തിലും, സമത്തിൽ
പുനരിഹ നംജജരംഗ പുഷ്പിതാഗ്ര.'

80. നിജചരിതം-തന്റെ ചരിതം. ജഗൽസ്വപ്നഭീതൻ-ലോകമാകുന്ന സ്വപ്നത്താൽ ഭയപ്പെടുന്നവൻ. മിഥുനം-പെണ്ണും ആണും ചേർന്നുള്ള ദ്വന്ദ്വം, ഇണ. ധീ-ബുദ്ധി. ഗാഢാന്ധകാരം-നിബിഡമായ ഇരുട്ട്. പ്രപ ഞ്ചമാകുന്ന സ്വപ്നത്താൽ ഭയപ്പെടുന്ന നരന്, അല്ലയോ ദമ്പതിമാ രെ, നിങ്ങൾ നിങ്ങളുടെ ചരിത്രത്താൽ, അവർക്ക് ആശിസ്സ് നൽകി യിരിക്കുന്നു. ഇനിയും നാം എവിടെവച്ച് കണ്ടുമുട്ടും? എന്റെ ബുദ്ധി യെയും ധരയെയും ഇതാ ഘോരമായ അന്ധകാരം ഒരുപോലെ മൂടി ക്കഴിഞ്ഞിരിക്കുന്നു. *വൃത്തം: മാലിനി.*

81. ആസക്തശയ-പറ്റിച്ചേർന്ന മനസ്സോടുകൂടിയവൾ. നിരാലംബ-ആശ്ര യമില്ലാത്തവൾ. ഭൂസംശ്ലേഷ-ഭൂമിയെ കെട്ടിപ്പുണരുക. തദാ-അപ്പോൾ. സിക്താംഗദർ-കുളിച്ചു ശുദ്ധമായ ശരീരത്തോടു കൂടിയവർ. ജൃംഭിച്ചു -വികസിച്ചു. യുവസ്ത്രീപുംസചിഹ്നം-യുവാക്കളായ സ്ത്രീ പുരുഷ ന്മാരുടെ അടയാളം. പുരം-വളരെ. ഭാസിക്കും-തിളങ്ങും. പരി വേഷം-ചുറ്റിനിൽക്കുന്ന പ്രഭ. വദനശ്രീ-മുഖത്തിന്റെ ഐശ്വര്യം. ലീല യെയും മദനനെയും കുറിച്ചുള്ള സ്നേഹം കൊണ്ട് അവരോട് പറ്റി ച്ചേർന്നു നിൽക്കുന്ന ഹൃദയത്തോടുകൂടി മാധവി ഭൂമിയെ കെട്ടിപ്പു ണർന്നു കിടക്കുന്നു. അപ്പോൾ നനഞ്ഞ ശരീരത്തോടുകൂടി അതി സുന്ദരരായ രണ്ടു സ്ത്രീപുരുഷന്മാർ പ്രകാശപരിവേഷമുള്ളവരായി അവർക്കു മുമ്പിൽ പ്രത്യക്ഷപ്പെട്ടു. *വൃത്തം: ശാർദ്ദൂലവിക്രീഡിതം.*

82. മറയുന്നില്ല-ഇല്ലാതാകുന്നില്ല, നശിച്ചുപോകുന്നില്ല. മാംസം-ഭൗതിക ശരീരം. പ്രണയജടിലം-പ്രണയം കൊണ്ടു കെട്ടുപിണഞ്ഞത്. ദേഹ ബന്ധം-ശരീരത്തോടുള്ള ബന്ധം. മാഴ്കാതെ-കരയാതെ; ദുഃഖിക്കാ തെ. വിരതഗതി-ചലനം നിലച്ചത്. സഞ്ചാരം നിന്നുപോയത്. സംസാ രചക്രം-ലോകജീവിതമാകുന്ന ചക്രം. *വൃത്തം: മന്ദാക്രാന്ത*

83. രാജമാനർ-തേജസ്വരൂപികൾ. തൃഷ്ണ-തീക്ഷ്ണമായ ആഗ്രഹം. ഓരാത്ത പോലെ-ഒന്നും സംഭവിച്ചിട്ടില്ലെന്ന മട്ടിൽ. ഉദയോപരി-ഉദയ പർവതത്തിന്റെ മുകളിൽ. കർമ്മസാക്ഷി-സൂര്യൻ. തേജസ്വരൂപിക ളായ അവർ ഇപ്രകാരം പറഞ്ഞു. അവരെ കണ്ടു കൊതിതീരാതെ

തോഴി ഉണർന്നു. പെട്ടെന്ന് അവർ മറഞ്ഞുപോയി. തന്റെ ചുറ്റുമുള്ള ലോകത്തെ അവൾ കണ്ടു; ഈ നടന്ന സംഭവങ്ങളൊന്നും അറിഞ്ഞില്ലെന്ന മട്ടിൽ എല്ലാ കർമ്മങ്ങൾക്കും സാക്ഷിയായ സൂര്യൻ ഉദയപർവതത്തിന്റെ മുകളിൽ തിളങ്ങി.

വൃത്തം: വസന്തതിലകം
ലക്ഷണം: 'ചൊല്ലാം വസന്തതിലകം തഭജം ജഗംഗം'

84. ആടൽ-ദുഃഖം. അടവിപഥം-വനത്തിലെ വഴി. ജവം-വേഗത്തിൽ. രുജ -ദുഃഖം. അനുയാതർ-അനുഗമിച്ചവർ. അനുയാത്ര ചെയ്തവരെല്ലാം തിരികെ അയച്ചിട്ട് മാധവി വഴിയിൽ ഒരിടത്ത് താമസിച്ചു.

85. ശേഷംനാൾ-അവശേഷിച്ച ആയുഷ്ക്കാലം. സഖിരമണൻ-സഖിയുടെ കാമുകൻ. ആർന്ന-സ്വീകരിച്ച. സാർത്ഥകം-അർത്ഥമുള്ളത്. ചിരാംബരം-മരവുരി വസ്ത്രമാക്കിയത്. ചീരം-മരവുരി. അന്യാർത്ഥമായ്-മറ്റുള്ളവർക്കുവേണ്ടി. തോഷം-സന്തോഷം. തുച്ഛം-നിസ്സാരം.

വൃത്തം: ശാർദ്ദൂലവിക്രീഡിതം

www.ingramcontent.com/pod-product-compliance
Lightning Source LLC
LaVergne TN
LVHW060409051026
849518LV00007B/2498
* 9 7 8 8 1 8 8 0 2 2 4 1 0 *